முள்ளில் பிறந்த பூக்கள்

பிரியன்

INDIA • SINGAPORE • MALAYSIA

ISBN 979-8-88935-925-8

உள்ளே...

முன்னுரை

உலகின் இருப்புக்குக் காரணரான
இறையவனும்
உடலின் இருப்புக்குக் காரணமான
ஈன்றவரும்
தொடங்கி வைத்த வாழ்வுப் பயணம்...

பயணத்தில்
பாதை காட்டிய ஆசான்கள்
உதவி தந்த சான்றோர்கள்
உடன் பயணிக்கும் நட்புறவுகள்
இசையாய் வந்தவர்கள்
காட்சியாய் நின்றவர்கள் எனப்பல
பயண அனுபவங்கள் உண்டாக்கிய
பாதிப்புகளைக் கொஞ்சம் பதியவைக்க
பேனாவின் முள்ளைக்கொண்டு
மேற்கொண்ட முயற்சி...

பேனா முள்ளில் பிறந்த
பூக்கள்...
தேன்தமிழ் சொல்லில் தொடுத்த
மலர்கள்...

படிக்கும் மனங்கள் தேடிப்
பூத்திருக்கின்றன...
பறிக்கும் கரங்கள் நாடிக்
காத்திருக்கின்றன...

கடவுள் வாழ்த்து

எண்ணுதற்கும் எட்டாத விரிவாக
விண்ணையும் மண்ணையும் உருவாக்கி
வான்வீட்டில் உறைகின்ற எந்தாய்
தேன்போன்ற மதுரமொழி தந்தாய்

மனக் கண்ணில் சுடர்கின்ற ஒளியே
குணக் கடலென விரிகின்ற வழியே
கலை வளர்ந்திட உம்ஆசிகள் வேண்டி
தலை வணங்குகிறோம் பாமாலை ஏந்தி

இருள் நீங்கி அருள்கொண்டு நாளும்
பொருள் ஓங்கிப் புகழ்கண்டு மேலும்
உரம் கொண்டு அறம்தேடி வாழும்
வரம் வேண்டும் எமக்கிங்கு தாராய்

கடவுள்

விளங்காத கணிதத்திற்கு
வெவ்வேறு விடைகள் போல
விளங்கமுடியா கடவுளுக்கு
விதவிதமான வடிவங்கள்..!

கடவுள் ஒரு சக்தி என்பார்
இயற்கயே இறைவன் என்பார்
மனமே ஆண்டவன் என்பார்
காசே கடவுள் என்பார்
தொழிலே தெய்வம் என்பார்

மண்ணில் மறைந்திருக்கும்
தங்கத்தை அறியும் உலகிற்கு
விண்ணில் உறைந்திருக்கும்
தெய்வத்தைத் தெரிவதில்லை...

மரபணுவை ஆராயும் அறிவும்
இறைவனின் மறையை அறிவதில்லை...
வரவின் வழி தேடியே அலையும்
மனதின் குறையை அறிவதில்லை...

அணுவில் சக்தி காணும் அறிவு
அவனில் புத்தி காண்பதில்லை
உணவால் மட்டும் உயிர் வளர்க்கும்
உணர்வில்லா தேகம் இது...

கைகளுக்குக் கிடைத்துவிட்ட
பொருள்களுக்கு மதிப்பு இல்லை
கண்களுக்குத் தெரிந்துவிட்டால்
கடவுளுக்கும் மதிப்பு இல்லை...

ஆகமங்களைக் கட்டி வைத்து
அறிவு தேடி எங்கெங்கோ அலைகிறோம்...
பூசை அறைக்குள் பூட்டிவைத்து
ஆசைகளை அள்ளி வந்து நீட்டுகிறோம்

படிக்காமல் வெற்றி வேண்டும்
உழைக்காமல் ஊதியம் வேண்டும்
சளைக்காமல் இன்பம் வேண்டும்...
அத்தனையும் தந்துவிட்டால்
ஆண்டவனே போற்றி என்போம்...
அதில் ஓர் குறை என்றால்
அரை நொடியில் தூற்றிச் செல்வோம்...

உண்டியல்
உம்மை அடைந்திடும் வழியென
உலகம் நினைக்கிறது...
காணிக்கை கொண்டு கவர்ந்திடவே
கபட நெஞ்சங்கள் துடிக்கின்றன...
கடலின் நீரை எல்லாம்
கைகளில் கொண்டது போல்
கைவிரல்களும் நடிக்கின்றன...

அழகான ஆடை அணிந்து
ஆலயத்தை அடைந்திடலாம்...
அன்பான நடை அன்றி
ஆண்டவனை அடைந்திடலாமோ..?!

கடந்த காலக் கறைகளை
உம் இரக்கத்தால் அழிப்பாய்...
அன்றன்று உணவையும்
அன்பு கொள்ளும் உணர்வையும்
அன்றாடம் அளிப்பாய்...

இயேசு கிறிஸ்து

பிரபஞ்சத்தையே படைத்த உனக்கு
பிறக்க ஓர் இடமில்லை இங்கு...
ஒரு தொழுவத்தில் தங்கினாய்..!
எங்கள் பாவங்களைத் தொலைக்க வந்து
ஒரு கழுமரத்தில் தொங்கினாய்...

உன்னால் விழி பெற்றோம் எனினும்
நீ நடந்த வழி காணவில்லை
ஒளியாக நீ வந்தபோதும்
இருளையே விரும்பும் இந்த உலகம்...

நீ தொட்டவர்கள் குணமானார்கள்
உன்னைத் தொட்டவர்களும் குணமானார்கள்
விட்டவர்கள் எல்லாம் வீணானார்கள்...
கொட்டப்பட்டுக் குழியில் மண்ணானார்கள்...

உன்னைத் திட்டியவர்கள் திருந்தினார்கள்
குத்தியவர்கள் வருந்தினார்கள்...
உடன் உண்டவர்களும்
ஒன்றாய்ச் சுற்றியவர்களும் அல்லவா
இரண்டகம் பண்ணினார்கள்...

மடியில் வைத்து மகிழ்ந்தாய்
விலாவில் குத்தினார்கள்...
அன்பால் நெருங்கி வந்தாய்
முத்தத்தால் சிறை செய்தார்கள்...

உதவ கரங்கள் நீட்டினாய்
அதற்கு ஆணிகள் கொடுத்தார்கள்...
பாதம் கழுவ பணிவாய்க் குனிந்தாய்
தலையில் முள்ளைச் சூட்டினார்கள்...

உன் உபதேசங்களைப் போற்றி
உலகம் எல்லாம் பேசும்...
ஒன்றையும் கைக்கொள்ளாமல்
நன்றாய்ப் போடுவதெல்லாம் வேசம்...

இராயனுடையதை இராயனுக்கும்
தேவனுடையதை தேவனுக்கும்
கொடுக்கச் சொன்னாய்...
நாங்களோ வாங்கி மட்டுமே பழகியவர்கள்..!
இருவருக்கும் கொடுப்பதில்லை...

          முள்ளில் பிறந்த பூக்கள்

எங்களுக்காக நீ
முள் வழியில் நடந்து சென்றால்
ஏற்றுக் கொள்வோம்...
நல் வழியில் நடக்கச்சொன்னால்
தூற்றிச் செல்வோம்...

உன் பெயரைச் சொல்லி
வயிறு நிறைப்பார் பலர்...இருந்தும்
உன்போல் வாழ்ந்திடவும்
வருந்தி உழைப்பார் சிலர்...

உன் தியாக மரணத்தை
தினம் ஒருமுறை நினைப்போம்
மனம் மறுமுறை தவறு செய்யாமல்
நீ தரும் வழிகளில் நடப்போம்

உன் மறைதனை மறைக்கின்ற
மனதின் திரையினைக் கிழிப்போம்...
உன் குருதியில் எங்கள்
கறைகளை அழிப்போம்...

உன் அறிவுரைப்படி வாழ்ந்து
உம் அரசாட்சியில் செழிப்போம்...
மரணத்தில் உறங்கினாலும்
உன் குரல் கேட்டு விழிப்போம்..!

தமிழ் என்னும் கடல்

மொழிகளில்
பெரும் ஆழி...
தமிழே நீ
என்றும் வாழி..!

தமிழ்க் கடலில்
கால் நனைத்தோர்
உப்பெடுத்தார்...
மூழ்கிச் சென்றோரெல்லாம்
முத்தெடுத்தார்...

கைவீசிச் சென்றவர்
காற்று வாங்கினார்
கவிபேசச் சென்றவர்
பாட்டு வாங்கினார்...

சிறு படகுகளில் சென்றவர்
கவி மீன்கள் அள்ளிவந்தார்
பெரும் கலங்களில் சென்றவர்கள்
புவி எங்கிலும் வென்று வந்தார்
தமிழிடம் சென்றவர்கள்
வெறும் கையுடன் வருவதில்லை...

கவி அலைகளுடன் எழுந்து
சிலர் துள்ளிக் குதிப்பார்...
புவி சிறந்திடும் வழிகளைச்
பலர் சொல்லிக் கொடுப்பார்...

தமிழ்க் கடலையும் கடைந்தால்
அமிழ்தம் உண்ணக் கிடைக்கும்...
அதை அருந்தியோருக்கெல்லாம்
அதிக நன்மை கிடைக்கும்...

புவிக்கடல் நீரோ
தாகம் தீர்க்காது...
கவிக்கடல் நீரோ
பாதகம் தவிர்த்துவிடும்...

கொடுப்பதால் குறைவதில்லை
எடுப்பதும் இங்கு தவறில்லை...
குடிப்பது தமிழானால் இங்கு
கெடுப்பவர் எவருமில்லை...

கொடுப்பதினால் அதிகமாவது
அன்பும் அறிவும் - அதனுடன்
கன்னல் தமிழும்...!
துன்பம் துயரம் எடுப்பதெல்லாம்
புனிதமானது - அதுபோன்றது
அன்னைத் தமிழும்...!

அப்பா

கைகளில் பகிர்ந்திட இனிப்புடனும்
உள்ளத்தில் உருக்கிடும் தவிப்புடனும்
கருவறையில் சுமந்த தாயிடமிருந்து
வரவேற்கக் காத்திருந்தார்
கருத்தினில் சுமந்த தந்தை..!

அன்பில் பாலூட்டி
அன்னை உடல் வளர்த்தாள்..!
அறிவுப் பாலூட்டும் ஆசைகொண்டு
அறிய நூல்களின் மார்பில்
அறிவைக் கறந்தெடுத்தார் தந்தை..!

நல்ல கல்வி தர விரும்பி
பள்ளிகள் பல எறி இறங்கினாய்...
நள்ளிரவு வரை வேலைசெய்து
சிறிது நேரமே உறங்கினாய்...

பொழியும் மேகத்து நீர்
மண்ணில் பயிரை வளர்க்கலாம்
வழியும் உன் தேகத்து நீர்தான்
என்னில் உயிரை வளர்க்கிறது..!

 முள்ளில் பிறந்த பூக்கள்

கதையின் நாயகர்களை எல்லாம்
கதாநாயகர்களாகக் கருதினாலும்
கவலையின்றித் தாங்கிக் கொள்வார்...
பூக்களைத்தானே உலகோர் புகழ்வார்
வேர்களின் பணிகளை யாரிங்கு அறிவார்?!

முன்னேறி நான் உயர வேண்டுமென
எண்ணூறு கோடி உலக மக்களில்
உன்போல் யார் ஆசை வைப்பார்?
தேடிய பொருளெல்லாம் தேவையென்றால்
ஓடிவந்து உன்போல் யார் கொடுப்பார்?

நீரின் அருகே நெருங்கி இருந்தாலும்
சூரியன் காணாச் செடிகள் சுருங்கிவிடும்
பெரிதாய் செல்வங்கள் நிறைந்து இருந்தாலும்
அரிய தந்தையமையாக் குடிகள் இருண்டுவிடும்

அவர் அன்பை மறைத்துவிடும்
அன்னையின் அன்புக் கிரகணம்
கண்களுக்குத் தெரிவதில்லை ஆனாலும்
குறைபடாது அவர் அன்பும் ஒருகணம்...

அம்மா

கருவில் மட்டுமல்ல
கருத்திலும் சுமந்தாய்
உறக்கம் கொள்ளாமல்
கடக்கும் இரவுகளையும்
பிறக்கும் குழந்தை பற்றிய
கனவுகளிலேயே கழித்தாய்...

தினம் வாந்தி கொண்டபோதும்
மனம் சாந்திபெற முனைந்தாய்
விரும்பிய உணவுகளை வெறுத்தாய்
உருசிக்காத உணவையும் இரசித்தாய்...

உருக்கமாக தினமும்
இறைவனைப் பூஜித்தாய்...
கருத்தான கதைகளும்
நல்நூல்களும் வாசித்தாய்

உயிர் போகும் உபத்திரவத்தை
பிரசவத்தில் அனுபவித்தாய்
பெற்றெடுத்த பிறகும்கூட
மற்றுமதிக அன்புறவே ஆரம்பித்தாய்...

முள்ளில் பிறந்த பூக்கள்

வண்ண வண்ண உடைகளால்
என் மேனி அலங்கரித்தாய்
உண்ணும் உணவிலும்
பெரும்பங்கை ஒதுக்கிவைத்தாய்...

உடல் நலமின்றி நானிருந்தால்
உன் உறக்கம் தொலைத்தாய்
நான் கண்விழிக்கும் போதெல்லாம்
என் காலருகே வீற்றிருந்தாய்...

துன்பம் வந்த நேரமெல்லாம்
துயருற்று நீ துடித்தாய்...
என் உள்ளம் வாடி நின்றால்
உன் கண்ணில் நீர் வடித்தாய்..!

உயர்ந்த கல்வி நான்பெறவே
உடைய பொருளெல்லாம் இழந்தாய்...
சிறந்த வாழ்வு நானடைய
உன் வாழ்வெல்லாம் துறந்தாய்...

என் வாழ்வு நலம்பெறவே
எந்நாளும் யோசித்தாய்...
எதற்காக அம்மா
என்னை இப்படி நேசித்தாய்..?

தாய்மாமன்

தாய் வந்த
உதரம்வழி உருவாகும் பந்தம்...
தரணியில்
மிக உயர்வான சொந்தம்...

தலை முடி எடுக்கையில்
மடி கொடுப்பாய்
நிலை தடுமாறும் நேரங்களில்
பிடி கொடுப்பாய்...

குறையில்லாமல் என்றும்
முறை செய்வாய்...
உறவுகள் பொய் என்னும்
குறை வெல்வாய்...

மாமன் தயவிருந்தால்
மலையும் இழுக்கலாம்...
மாமன் உடனிருந்தால்
மனக்கவலை இழக்கலாம்...

தாயின்
இரத்த பந்தமாய் வரும்
தாய்மாமன்...
வாழ்வில் பல
யுத்தங்களை வென்று தரும்
மாமன்னன்...

மனைவிக்கு கணவன் எழுதுவது

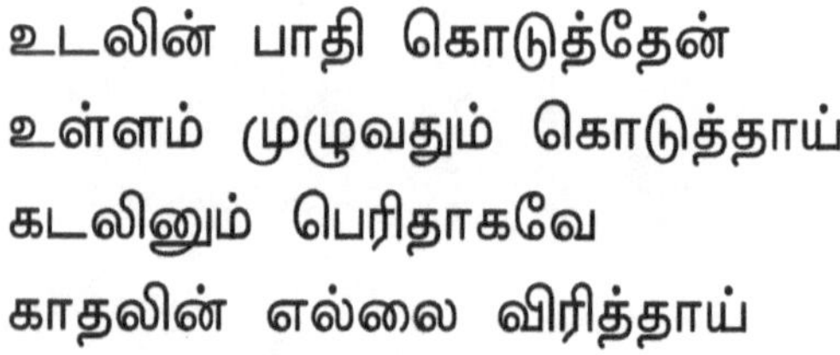

அன்னை கொண்ட அன்பை
ஒரு கயிற்றில் வாங்கினாய்
நம் அன்பில் கண்ட பரிசை
உன் வயிற்றில் தாங்கினாய்

உடலின் பாதி கொடுத்தேன்
உள்ளம் முழுவதும் கொடுத்தாய்
கடலினும் பெரிதாகவே
காதலின் எல்லை விரித்தாய்

ஒளி உள்ள போது மட்டும்தான்
நிழல்கூடத் துணையாகிறது
உயிர் உள்ள மட்டும் துணையானாய்
உள்ளத்தின் உரமானாய்..!

மனத்துக்கம் மாற்றி விடும்
மனைவியின் சிரித்த முகம்
கண்முன்னே நீ இருந்தால்
கவலைகள் பறந்து விடும்

பெற்றவர் பெருமை கொண்டார்
மற்றவர் பொறாமை கண்டார்
சுற்றத்தார் பெற வேண்டினார்
உற்றதுணை உன் போலவே..!

நாள் எல்லாம் பணிசெய்தும்
ஊதியம் ஏதுமில்லை
தாய்போன்ற அன்பிற்குத் தர
தரணியில் ஏதுமில்லை..!

இல்லாளாய் நீ இருந்தால்
இல்லாதது ஒன்றுமில்லை
உலகையே வென்று வந்தாலும்
உனையல்லாமல் உவகை இல்லை..!

இரண்டாம் அன்னையென
உன்னைத் தந்த பின்னும்
இன்னும் வேறு என்ன வரம்
இறைவன் எனக்குத் தரவேண்டும்..?!

கணவனுக்கு மனைவி எழுதுவது

கண்களில் பூத்தேன்
மனம் தந்தாய்...
எண்ணத்தில் காத்தேன்
மணம் தந்தாய்..!

உன் வழிதனில்
உறவாய்ச் சேர்கிறேன்...
உன் விழிகளால்
உலகைப் பார்க்கிறேன்...

பெண்ணாக அல்ல
கண்ணாகவே காக்கிறாய்...
உன் உலகம் என்னும்
எல்லைக்குள் என்னை
நிலவாக ஆக்கினாய்..!

இல்லத்தில் மட்டுமல்ல
உள்ளத்திலும் வைத்தாய்...
மனைக்கு மட்டுமல்ல
மனதிற்கும் இராணியாக்கினாய்..!

பூஜைகளை எனக்கு அளித்துவிட்டு
பொதிகளை மட்டும் ஏற்றுக்கொள்வாய்
வலிகளை வாங்கிக் கொண்டு
உழுது தருகின்ற காளை நீ..!

பொன்னகையை எனக்கு அணிவித்து
புன்னகையை அணிந்து கொள்வாய்...
என் நகங்களையும் கூட அலங்கரித்து
நுகங்களை எல்லாம் நீயே இழுப்பாய்..!

தலை இல்லா உடலுக்கு
மதிப்பில்லை...
தலைவன் இல்லாப் படைக்குத்
தைரியமில்லை
கணவனில்லா குடிக்கு
இரண்டுமில்லை...

அன்பு ஆட்சி செய்தால்
அங்கு ஆயுதங்கள் தேவை இல்லை...
நாளும் நதி நடந்தால்
மரங்கள் அங்கு காய்வதில்லை...
வாழும் வழி தெரிந்தால்
மனதில் என்றும் காயமில்லை..!

தாத்தா

பேரப்பிள்ளை கிடைத்தவுடன்
போரை வென்ற மகிழ்ச்சி...
சிறு கால்கள் உதைக்கையிலே
பெரும் புதையல் கண்ட மகிழ்ச்சி...

தா தா
என்று கேட்காமலே
தன்னுடையதெல்லாம்
தருவார்...

வா வா
என்று அழைக்காமலே
நம் உள்ளம் தேடி
வருவார்...

தாத்தாக்களிடம்
ஆஸ்திகளை மட்டுமல்ல
அனுபவங்களையும் வாங்குவோம்...
அவர்கள் தலை தாங்கும்
நரைமுடிகள் எல்லாம்
நான்கு தலைமுறையின்
சரித்திரத்தைச் சொல்லும்...

                    முள்ளில் பிறந்த பூக்கள்

உடல் பலவீனமானாலும்
உள்ளத்தில் உரமானவர்கள்...
நடை தளர்ந்தாலும்
பெரும் படையை வெல்லும்
அறிவுடையவர்கள்...

சொத்துக்களை நமக்கு அளித்துவிட்டு
சொந்தமாக நமை நினைப்பவர்கள்...
உதறித் தள்ளிடும் பாரங்களல்ல
உயர்வென அள்ளிடும் வைரங்கள்...

முதியோர் இல்லத்தில் அல்ல
முதிர்ந்த உள்ளத்தில் வையுங்கள்...
அதிக வயதானவர் என்பதால்தான்
ஆதிபகவனையும் ஒதுக்கினரோ..?

பசி வருகையில் கொஞ்சம்
சோறு கேட்பார்
வேறு என்ன கேட்பார்..?
நேசத்தில் கொஞ்சம்
பேசச் சொல்லுவார்
தேசங்களையா
வெல்லச் சொல்லுவார்..?

இன்னும் கொஞ்சம் வாழவேண்டும்
என்று அவர்கள் ஆசை கொண்டால்
அது வாழ்வு அளிக்கும் ஆசிர்வாதம்...
என்று தனக்குச் சாவு வருமென்று
நெஞ்சம் வருந்திக் காத்திருந்தால்
அது வாழ்வை அழிக்கும் சாபமாகும்...

பாட்டி

பெற்றவர்களைப்
பெற்றெடுத்த உதரமவள்...
வேறெங்கும்
பெற்றிட முடியாத
பாசத்தின் உயரமவள்...

அன்னை மீதம் வைத்த
அன்பையும் சேர்த்தளிப்பாள்..
தந்தையின் கோபத்தைத்
தாங்கிடும் கேடயமாயிருப்பாள்...

தாலாட்டுப் பாடி
தூங்க வைப்பாள்...
சாப்பிடச் சொல்லி
ஏங்கி நிற்பாள்...

சுருக்குப் பையிலிருந்து
செலவுக்கு காசளிப்பாள் – மீதி
இருக்கும் வாழ்வையெல்லாம்
நமக்காய்ச் செலவளிப்பாள்...

அவள் உடலில்
விழுகின்ற சுருக்கங்கள்
நாம் அழகென்று
எழுகின்ற செருக்கழிக்கும்...

தள்ளாடும்
அவள் நடையினிலே
தான் என்றாடும்
நம் மனம் அடங்கும்...

பாட்டி
சொல்வதெல்லாம்
கதைகள் அல்ல
காதுகள் வழி வந்து
உள்ளத்தில் விழுகின்ற
விதைகள்...

பணப் பெட்டிகளைக்
காப்பதுபோல்
பாட்டிகளைக் காத்திடுவோம்...
மனப் பெட்டிகளில்
அவர்களைச் சொத்துக்களாய்ச்
சேர்த்திடுவோம்...

ஊன்று கோல்கள் வேண்டாம்
நம் கைகளைக் கொடுப்போம்...
மூன்று வேளை உணவிட்டால்
நாம் மோட்சத்தில் இருப்போம்...

பாட்டி வைத்தியம் போல்
பாட்டிகளைப் போற்றிடுவோம்...
உடல் நோய்களுடன்
மனநோயும் தவிர்த்திடுவோம்...

நண்பன்

உடல் வண்ணங்கள்
பார்க்காமல்
உயர் எண்ணங்கள்
பார்ப்பவன்...

உயரங்களை அடைய
தோள் கொடுப்பவன்...
துயரங்களை அறுக்கும்
வாள் எடுப்பவன்...

குறைகளைக் கண்டால்
கடந்து செல்லாமல்
களைய நினைப்பவன்...
தேவை வருகையில் ஓடிவிடாமல்
தேடி வருபவன்...

ஆதாயம் தேடி
உதவி செய்யாமல்
ஆகாயம் என்றாலும்
உடன் வருபவன்...

தவறு செய்தால்
உடன் அதைத் தடுப்பவன்
நன்மை செய்தால்
உடன் கைகொடுப்பவன்...

தோள்களில்
அன்புக்கை கோர்ப்பவன்
தோல்வியில்
நம்பிக்கை சேர்ப்பவன்...

வெற்றியின்
வெகுமானங்களை அல்ல
தோல்வியின்
அவமானங்களையும்
பங்குகொள்ள ஆசைப்படுபவன்...

உடன் படிப்பவனும்
உடன் குடிப்பவனும் அல்ல
உடன் துடிப்பவனே
உண்மை நண்பன்...

விவேக் – இரங்கல்

எத்தனை நாள்தான்
எங்களைச் சிரிக்க வைப்பது
என்று எண்ணினாயோ..?
இன்று அழ வைத்து விட்டாயே..!

கோமாளியாய்க் காட்சி அளித்தாலும்
நகைச்சுவைக் கோ நீ..!
திரையில் கருத்தினை நட்டாய்
தரையில் மரங்களை நட்டாய்..!

விஞ்ஞானிகள் கூட
தங்கள் தலைவர்களைத்
திரையில் தேடியபோது...
கனவுலகில் இருந்து கொண்டு
நிஜத்தைத் தேடினாய்..!

கண்கள் நட்சத்திரங்களை
விண்ணில் தேடியபோது
நட்சத்திரம் ஒன்று
மண்ணில் கண்களைத் தேடியது..!

மண்ணில் புதைந்தாலும்
அங்கும் உனக்கு உறவுகள் உண்டு...
உன் மூலம் நடப்பட்ட
கோடி மரங்களின் வேர்கள்
தேடி உன்னை அணைக்கும்...

அங்கு வரும்வரை
எங்கள் இதயங்களும்
உன்னை நினைக்கும்...!

பாடும் நிலாவுக்கு ஒரு பாட்டு

பாடும் நிலா
பாடினால் விழா...
புவியாளும் மன்னர்களின்
செவியாளும் மன்னர்..!

இதுவரை
மேடைகளில் கண்களையும்
பாடல்களால் காதுகளையும்
நிரப்பிக்கொண்டிருந்த கானக்குயில்
இனிக் காணாக் குயிலானதென்ன.?!

வான மழை இல்லையென்றால்
செடிகள் வாடும்...
உந்தன்
கான மழை இல்லையென்றால்
செவிகள் வாடும்...

எங்கள்
துயரங்களை மறக்கவைத்து
நிம்மதியாய் உறங்க வைத்த
இசை இன்று உறங்குகிறது...

இதுநாள்வரை
இதயத்தின் பாரங்களை
இறக்கி வைத்தவர்
இறக்க முடியாத பாரத்தை
ஏற்றி வத்துவிட்டார்
இதயத்தில் இப்பொழுது...

ஒலிவாங்கிகளே
உங்களுக்கு இனி
வேலையில்லை...
நீங்களும் சென்று
ஓய்வெடுங்கள்...

இப்போது
பூமித்தாய் உன்னைத்
தன் வயிற்றில் சுமக்கிறாள்
உன்னிடம் தாலாட்டுக்
கேட்பதற்காய்..!

ஊர்த் திருவிழாக்களில் எல்லாம்
எங்களோடு கலந்திருப்பாய்...
இல்லத் திருமணங்களிலும்
இசையாய் இணைந்திருப்பாய்..!

ஒருவரோடும் வெறுப்பின்றி
அனைவரையும் நேசித்தாய்
உன்னைத் தொட யோசித்த
மரணத்தையுமா நேசித்தாய்..?

மனம் களிக்கும் வேளைகளில்
உன் பாடல்களே விருந்தாச்சு...
உன் மரணம் தந்த வலிக்கும்கூட
உன் பாடல்கள்தான் மருந்தாச்சு..!

தமிழ் புத்தாண்டுத் தீர்மானம்

வருடங்கள் பிறக்கிறது
வளர்ச்சி இல்லை...
பிள்ளைகள் பல கோடி..!
இருந்தும்
கவனிக்க ஆள் இல்லை...

அம்மா என்று அழைப்பதுவும்
அவமானம் என்றாகிவிட்ட பிறகு
கொண்டாட வேண்டாமா
அதைத் திருநாளாய்...

மழலைகள் உச்சரிக்காததால்
உறங்கிங்கொண்டிருக்கின்றன
உயிரெழுத்துக்கள்...
திருநாள்க் கோலமிட
மெய் எழுத்துக்களில் உள்ள
புள்ளிகளை எடுத்துக் கொண்டோம்...
அகிம்சையை விரும்புவதால்
ஆய்த எழுத்தைத் துறந்துவிட்டோம்...

சமைத்திடும்
உணவினில் கல் களைந்தோம்
பேச்சினில்
அன்னியச் சொல் களையயவில்லை
அடுப்பிற்கு விறகு இல்லையென
அடுக்கிவைத்திருந்த இலக்கிய
ஓலைச் சுவடிகளை எல்லாம்
எடுத்து எரித்துவிட்டோம்...

மெல்லினமும் வல்லினமும்
தெரியயவில்லை...
இடையினமும் மறந்ததனால்
இடையில் கலந்த
பிற இனமும் தெரியயவில்லை...
தன் அடையாளம் தெரியாமல்
தவிக்கிறது தமிழினம்...

பேசும்
உதடுகளில் தமிழ் இல்லை
எழுதும்
பலகைகளிலும் தமிழ் இல்லை...
எழுதிய தமிழ் ஏடுகள்
பல கைகளிலும் இல்லை...

தமிழை அமுது என்கிறார்கள்
அமுதுண்டு அமரர்களாகவா போகிறோம்
மது தரும் போதை போதும்
மயங்கி அமர்ந்து விடுகிறோம்...

இலையிலிடும்
உணவின் சுவை இருக்க
இனிய சுவை தரும்
இலக்கியங்கள் எதற்கு..?

ஆங்கில வார்த்தைகளில்
தமிழையும் கலந்த கவிதைகள்
பல செய்து ஆர்ப்பரிக்கிறோம்...
தம் மக்கள் அளாவிய கூழும்
தாய்க்கு இனிமைதான்...
ஈக்கள் அளைந்தால் இனிமையோ..?

ஆங்கிலத்தில் அமுது கலந்தால்
அதற்கு அபராதம்...
தமிழமுதில் பிற சொல் கலந்தால்
அதற்குப் புகழாரம்...
வாழ்த்தக்கூடவா
தமிழில் வார்த்தைகள் இல்லை..?

பச்சை வெள்ளை என்று
தமிழுக்கு வண்ணங்கள் இல்லை
வானளாவும் எண்ணங்கள் உண்டு..!
யாவரும் கேளிர் என்பது
கொள்கை முழக்கம்...
வந்தாரை வாழவைப்பது
இங்கு வழக்கம்..!

முதுமையாவதினால்
சூரியனின் ஒளி குறைவதில்லை
பல ஆயிரம் ஆண்டுகள் ஆனபோதும்
தமிழின் எழில் குறையயவில்லை...

புது வருடத்தில்
ஒரு உறுதி செய்வோம்
பிற மொழி கலவாமல்
பிறருடன் உரையாடுவோம்..!

நாவில் தவழாத தமிழ்
நாட்டில் எப்படி நடமாடும்..?
உள்ளத்தில் மலராதபோது
உலகத்தில் எப்படி உலாவும்..?
பெரும் புரட்சி செய்யத் தேவையில்லை
பேசினாலே போதும்...

மரங்கள் பெருகிட
பூச்சிகள் கூட உதவ முடியும்...
மொழி வளர்ந்திட
பேச்சுகள் மட்டுமே உதவும்...
செந்தமிழும் நாப்பழக்கம்
அதைச் செய்து வந்தால்தான்
தமிழ் சிறக்கும்..!

உழைப்பாளர் தினம்

நாள்தோறும் உழைப்பவரை
நாம் மறந்தாலும்
ஆண்டுக்கு ஒருமுறையேனும்
நினைவுபடுத்தும்
நாள்காட்டிக்கு நன்றி..!

விளக்கில்
எரியும் ஒளி காண்கிறோம்
தெரியும் வழி காண்கிறோம்
திரியின் வலி காண்பதில்லை...

உயர்ந்து வளர்ந்து நிற்கும்
கட்டிடங்களுக்கெல்லாம்
உயர்தரமான அவர்களின்
வியர்வை ஊற்றப்பட்டிருக்கிறது...!

நீண்டு வளைந்து செல்லும்
சாலைகளெல்லாம் – முதலில்
அவர்கள் கால்கள் கடந்ததால்தான்
சாத்தியமாயிருக்கிறது...

முள்ளில் பிறந்த பூக்கள்

மேடையில் ஆடுகின்ற
முகங்கள் அறிவோம்
கீழே வாடுகின்ற
முகங்களை அறியோம்...

கற்கும் நூல் செய்து
அறநெறி விட்டவரிலும்
நூற்கும் தறி பிடித்து
அணியும் நூல் நெய்பவர்
உயர்ந்தவர்..!

நிலவுக்குச் செல்பவரைவிட
உழவுக்குச் செல்வபரே
உலகுக்கு உகந்தவர்..!

பாதைகள் சரியில்லையென
வாதங்கள் செய்வாரிலும்
பாதைகளைச் செப்பணிடும்
பாதங்கள் சிறந்தவை..!

போர்க்களங்களில் சிந்தப்படும்
இரத்தங்களைவிட
உலைக்களங்களில் சிந்தப்படும்
வியர்வையே தேவையானது...

சக்கரங்கள் இல்லையென்றால்
வாகனங்கள் இல்லை
இக்கரங்கள் இல்லையென்றால்
மானுடமே இல்லை..!

 முள்ளில் பிறந்த பூக்கள்

துரோகத்தை மற

பொய்கள் எங்கோ
தொலைந்து போனதற்காய்
மெய்கள் இங்கே
புலம்புவதா..?!

போலி முகங்கள்
கிழிந்து விட்டதால்
நிஜங்களின் விழிகள்
நீர் வடிப்பதா..?

காலைச் சுற்றிய கருநாகம்
கடிக்காமல் கடந்து சென்றால்
மனம் மகிழ்ந்திடாமல்
படம் எடுத்து ஆடும்
அதன் அழகைப்
பார்க்கப் பரிதவிப்பதா..?!

வலையில் சிக்கி
பிழைத்து வந்த மான்
வலையில் இட்ட
இரையை எண்ணி
அழுவதுண்டோ..!

பிரியன்

ஆழ்கடலில் விழுந்து
ஆழ்ந்திடும் நேரத்தில்
அலைகள் அடித்துக்
கரை சேர்த்ததற்காய்க்
கலங்கி நிற்பதா..?

வஞ்சக நெஞ்சத்தின்
சிறைகள் உடைந்ததென்று
கள்ளமில்லாப் பறவைகள்
கவலை கொள்வதா.?!

தலைமுடி உதிர்ந்தால்கூட
சிறிது வருந்தலாம்
களைச் செடி உதிர்ந்ததற்காய்
உடைந்து போவதா.?!

உதிரம் வெளியேறினால்
உள்ளம் பதைக்கலாம்
வியர்வை வந்ததற்காய்
ஏன் வீண் குழப்பம் ..?

ஆசை போதையில்
பாதியில் போனவர்களுக்காய்
உங்கள் பயணத்தை
முடித்துக் கொள்ளாதீர்கள்...

தங்கம்
உருகிப் போனாலும்
கருகிப் போவதில்லை...
பொறுமையாய்க் காத்திருந்தால்...
வைரத்தோடு பொருந்திடவும்
நேரம் வரும்..!

மழை

மண்மீதிலே
நல்ல மனிதரைத்தேடி
வெண் மேகங்கள்
ஊர்வலம் போகும்...

நீர் சுமந்து வரும்
கார் மேகங்கள் எல்லாம்
ஊர் வழிகளில்
நின்று கூட்டங்கள் போடும்...

நல்லவர் உள்ள
இடங்களை அறிய
மின்னல்கள் அடித்து
முகவரி தேடும்...

கூடிய மேகங்களின்
நீடிய வாதங்களின் பின்னே
ஒரு முடிவு உண்டாகும்...
நல்லவர் இல்லா இடங்களைவிட்டு
மேகங்கள் எல்லாம் கலைந்தே ஓடும்...

முடிவினை மீறும் மேகங்கள்
அடிகளை வாங்கும்
அடிவிழும் சத்தத்தின் ஒலிகளே
இடிகளாய் மாறும்...

பிழை செய்து கொண்டல்
மழை பெய்தல் கண்டால்...
சீற்றம் கொண்டு கடவுள்
காற்றால் விரட்டுகிறார்...!

மரங்களும் இல்லை நல்
மனங்களும் இல்லை
மழைநீர் மட்டும் எதற்கென்று
வானவில்லை வளைத்தே
மிரட்டுகிறார்...

மழை என்னும் வரங்கள் பெற
தொழுதிடும் வெறும் கரங்கள் போதாது...
மரங்களும் வேண்டும் அதிக
அறங்களும் வேண்டும்..!

அன்னையர் தினம்

அம்மா என்று
அழைக்கும் சத்தம்
தினம் கேட்கும்
திசைகள் எட்டும்...

பேசப் பழகும் குழந்தையின்
மழலை மொழியிலும்
முதல் முதல்
தவழ்ந்திடும் வார்த்தை...

பிறர் வேசம் கலைந்து
மோசம் போகையில்
நொந்த இதயத்தின் வலியினில்
ஒலித்திடும் வார்த்தை...

ஆபத்தைக் கண்டு
அலறிடும் வார்த்தை
ஆச்சர்யம் கண்டால்
வெளிப்படும் வார்த்தை...

வேதனையில் வேகுகையில்
முனங்கிடும் வார்த்தை
சோதனை நேர்கையில்
புலம்பிடும் வார்த்தை...

பசியிலும் பிணியிலும்
வருந்திடும் வேளையில்
சோர்ந்திடும் உடல்கள்
உதிர்த்திடும் வார்த்தை...

கனவில்
பயந்து எழும்போதும்
நனவில்
தவறி விழும்போதும்
பதறி அழைக்கின்ற வார்த்தை...

அம்மா
என்னும் வார்த்தை
அன்பிற்கு விருந்து
துன்பத்திற்கு மருந்து..!

குடும்ப தினம்

திருமணத்தன்றே
இரு கரங்கள் சேர்ந்துவிடுகின்றன
இரு மனங்கள் சேர்கையில்தான்
நறு மணம் கிடைக்கிறது...

புது மனிதர்களை
உற்பத்திசெய்யும் ஆலையயல்ல
இரு மனங்கள்
குடியேறுகிற ஆலயம்..!

யுத்தங்கள் பழகிடும்
வீரர்களின் பாசறை அல்ல
முத்தங்கள் பகிர்ந்திடும்
காதலர்களின் பாச அறை..!

எலியும் தவளையுமாய்
நிலத்துக்கும் நீருக்கும்
இழுப்பதல்ல வாழ்க்கை...
ஒருவரில் ஒருவர்
இழப்பதுதான் வாழ்க்கை..!

ஒளியும் விழியுமாய்
அமைந்து இருந்தால்
வாழும் வழி காணலாம்...
ஒன்றில்லாமல் போனாலும்
பாழும் குழி காணலாம்...

குடல் நிறைக்கும் தேவையில்
கடல் கடந்தால்
குடும்பம் என்னும் பிறவியின்
கடல் கடப்பதெப்படி.?

ஆஸ்திகள் சேர்ப்பதற்காக
அஸ்திவாரத்தை இடிக்காதீர்கள்...
சேகரித்து வைக்கும் தங்கங்களை விட
சேர்ந்து தங்கிடும் பந்தங்களே வேண்டும்...
பிள்ளைகளின் மகிழ்சிக்கு..!

பொன்னை மட்டுமல்ல
அன்பையும் சேர்த்து வையுங்கள்
மனிதர்களை சமாளிப்பதற்கல்ல
மனங்களை சம்பாதிக்கக்
கற்றுக் கொடுங்கள்...

தற்காப்போடு
பிறரைக் காக்கவும்
பயிற்சி கொடுங்கள்...
தன்னுயிர் மட்டுமல்ல
பல்லுயிர் பேணும்
முதிர்ச்சி கொடுங்கள்..!

பயிர்கள் மடிந்தபின்
தண்ணீர் வடிந்து ஆவதென்ன..?
உயிர்கள் மடிந்தபின்
புத்திக்கு விடிந்து ஆவதென்ன..?

ஆயிரம் காலத்துப் பயிர்களும்
வாடிப் போய்விடாமல் காக்க
நேசத் தண்ணீரைத் திறந்திடுங்கள்
நெஞ்சங்களில் இருந்து..!

   முள்ளில் பிறந்த பூக்கள்

மருத்துவர்கள் செவிலியர்கள் தினம்

யுத்தக்களத்தில்
கண்களுக்குப் புலப்படும்
எதிரிகளுடன் அல்ல
இரத்தக் களத்தில்
கண்களுக்குத் தெரியாத
கிருமிகளோடு போராடும்
வீரர்கள்...

உண்ணுதற்கும் உறங்குதற்கும்
நேரமில்லை அவர்களின்
உறவுகளை எண்ணுதற்கும்
காண்பதற்கும் நேரமில்லை...

எதிரிகள் வரும்
வழிகள் தெரிவதில்லை...
எதிர்க்க வல்ல
ஆயுதங்கள் எதுவுமில்லை...
எளிதானதல்ல இந்தப் போர்...

கண்ணில்படும் மனிதர்களை
கடந்து செல்வதையே
கண்ணிவெடிகளுக்கு நடுவே
நடந்து செல்வது போல்
பயப்பட வைத்துவிட்ட
கடினமான போர்க்களம் இது..!

துணிவுடன்
பணி செய்வோர் வீரத்தையும்
கனிவுடன்
மருந்திடுவோர் ஈரத்தையும்
மெச்சுகிறோம்...!

பலரின் தியாக
மரணங்களின் செய்திகள்
நெஞ்சத்தில் உண்டாக்கும்
தீயின் இரணங்கள்...
கொன்றழிக்கும் கிருமிகளை
வென்றெடுக்க விரும்பும்
அன்பர்க்கெல்லாம் நன்றி...

உயிரைப்
பணயம் வைத்துப் போராடும்
உள்ளங்கள் அனைத்தும்
உயரிய விருதுகளுக்கு
உரியவைகள்..!

மனிதம் இன்னும்
வாழும் இடங்களில்
மருத்துவமனையும் ஒன்று..!
புனிதம் என்று
போற்றும் பணிகளில்
மருத்துவமும் ஒன்று..!

வாழ்வின் விளிம்பில்
தொங்கிக் கொண்டிருப்போரைத்
தாங்கிக் கொண்டிருக்கும்
உங்கள் கரங்களை
கடவுள் வலுப்படுத்தட்டும்..!

காதலும் காமமும்

காதல்
உள்ளத்தைத் தொட விரும்பும்..!
காமம்
உடலைத் தொட விரும்பும்...

காதல்
பெரும் கூட்டத்திலும்
இனிமை காணும்..!
காமம்
யாரும் இல்லாத
தனிமை தேடும்...

காதல்
உள்ளத்தின் உணர்வு..!
காமம்
உடலின் உணவு...

காதல்
பிரிந்தால் வலிக்கும்..!
காமம்
பிரிந்தால் விழிக்கும்...

 முள்ளில் பிறந்த பூக்கள்

காதல்
இரு மனங்களுக்குரியது...
காமம்
திருமணங்களுக்குரியது..!

காதலும் காமமும்
இணையும் இடம்
கல்யாணம்...
காலம் வரும் வரை
காத்திருப்பதுதான்
நல் ஞானம்..!

இளையராஜா

இசை மேதையின்
இசைகள் உண்ட
போதையில் மயங்கிய
இதயத்தின் ஓசை...

காற்றின் வழியே
வந்த வரவு...
காதுகள் வழியே
கலந்த உறவு...

இல்லங்களில் எல்லாம்
உன் குரல் கேட்கும்
உள்ளங்களை எல்லாம்
உன் விரல் மீட்டும்...

மண நாளுக்கு
உன் பாடல்களும் விருந்தாகும்...
மன நோய்க்கு
உன் பாடல்களும் மருந்தாகும்..!

பாலும் தேனும்
கலந்த சுவைகள்
பல ஆயிரம் பெற்றோம்
பாலுவுடன் தேனாய்
நீ சேர்ந்ததனால்...

வழிப் பயணத்திலும்
வாழ்வுப் பயணத்திலும்
துணையாய் வருவது
உன் இசையே..!

காற்றின் மொழியில்
நீ எழுதிய காவியங்கள்
காற்று உள்ள வரை
நீண்ட வாழ்வு பெறட்டும்..!

உன் இசை
இராஜ்ஜியம் நடக்கும்
நாட்களிலே வாழ்ந்துவிட்டோம்
என்று நினைப்பதிலே
ஒரு பெருமை..!

இசை வெள்ளத்தில்
மிதக்க வைத்த உன் கரங்கள்
மழை வெள்ளத்தில்
மிதந்தபோது உதவவும் வந்தன...

இசை மீட்டிடும்
இரண்டும் கரங்கள் அல்ல
இறைவன் உவந்து அளித்த
இனிய வரங்கள்...

திசையெங்கிலும்
இசை இராஜ்ஜியம் நடத்தும்
இசை இராஜனுக்கு எங்கள்
இதயங்களில் சிம்மாசனம்...

விவசாயி

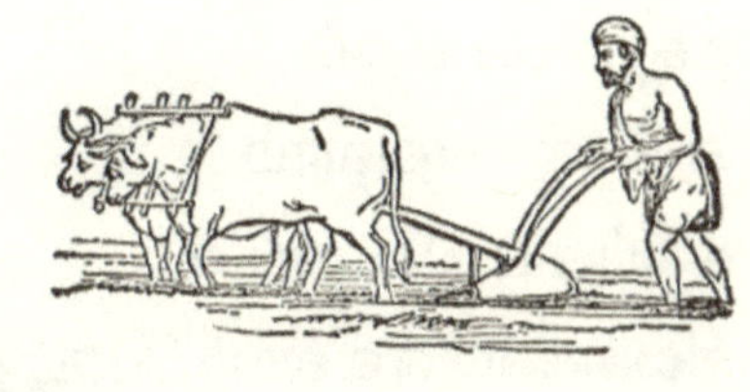

பயிர் வளர்க்கத் தெரிந்திருந்தும்
உயிர் வளர்க்கத் தெரியாதவர்கள்
கனவு காண விரும்புவதில்லை
உணவு காணவே விரும்புவார்கள்...

செவ்வாய்க்குச் செல்ல
கனவு காண்பவரைவிட
நம் வாய்க்கு நல்ல
உணவு காண்பவரே
சிறந்தவர்..!

போர்க்களங்கள் அல்ல
போரடிக்கும் களங்களே
தேவை என்றும் நம்
உயிர் வளர்க்க..!

உயிர் பறிக்கும்
ஆயுதங்களல்ல...
பயிர் வளர்க்கும்
கருவிகளே வேண்டும்...

கத்தி பிடிக்கும்
கைகள் எல்லாம்
கலப்பை பிடித்தால்
நிலங்கள் எல்லாம் செழித்து
வளங்கள் பெறும்...

உழவு செய்வோருக்கு
உரிய பணமும் கிடைப்பதில்லை
விரும்பிய வண்ணம்
மணமும் கிடைப்பதில்லை...

பயிர்களின் உயிர்காக்க
வானம் பார்ப்பவர்கள்...
கருகிடும் பயிர்களால்
கடன்பட்டால் உயிர்போக்கி
மானம் காப்பவர்கள்...

காயம் படுவோருக்கு
முதல் உதவிப் பெட்டிகள்போல்
பயிர்க்கடன் படுவோருக்கு
உதவிடும் பெட்டிகள் வேண்டும்...

பொழுதுபோக்கிற்காய்
செலவிடும் தொகை ஒன்றை
உழுது காப்போருக்காய்
ஒதுக்கிடலாமே..!

பணப் பெட்டிகளில்
நிறைந்து சிந்துகின்ற
சிறு தொகையை
உதவிப் பெட்டிகள் நோக்கி
திருப்பிடலாமே...

உதடுகள் எல்லாம்
உழவைப் போற்றுகிறது
காதுகளைச் சேரும் முன்பே
அந்தக் கோஷங்கள் தோற்கிறது...

உலகம்
விழுந்து விடாமல்
எழுந்திட வேண்டுமானால்
உழவோரை அழ விடாதீர்கள்..!!

உண்ணுதற்குப்
பயிர்கள் வேண்டும் அதற்கு
உழவர்களின் உயிர்கள் வேண்டும்...
அவர்களின் மரணம் என்பது
விரைவுச் செய்தி அல்ல
மரண எச்சரிக்கை...

வாலிபத்தின் துறவு

நாங்கள்
எழுதப்படாத காகிதங்கள்
இது தரத்தின் குறையா
இல்லை
எழுதாத கரத்தின் குறையா..?

எங்கள் நெற்றி
வியர்க்க வில்லை
அதனால்
இரத்தம் வியர்க்கிறது...

பிடித்த வேலை
செய்ய வழியில்லை இங்கு
படித்த வேலை
செய்வதற்கும் வாய்ப்பில்லை...

நாங்கள்
பொம்மைகள் மீது
போர்த்தப்பட்ட சேலைகள்
எங்களை எப்போது
வாங்கப் போகிறார்கள்..?
எங்களிடமல்லவா
விலை கேட்கிறார்கள்..!

முள்ளில் பிறந்த பூக்கள்

வாங்கிய பட்டங்கள்கூட
பறக்க விடும்
கயிறுகள் வாங்கமுடியாததால்
கோப்புகளுக்குள்
முடங்கிக்கிடக்கின்றன...

எங்களை வளர்க்க
நீர் பாய்ச்சிய கரங்களுக்கு
நாங்கள் இப்பொழுது
கண்ணீரை மட்டுமே
பாய்ச்சிகிறோம்...

சாலையோரச்
செடிகளாக இருக்கலாம்
எங்களுக்கும்
தாகம் எடுக்கிறதே...

எங்கள் தாடிகள்
சோகத்தைக் காட்டும்
நார்கள் அல்ல...
தாகத்தைத் தீர்க்க
எங்கள் நாவுகள் நீட்டும்
வேர்கள்..!

எதிரிகளுடன் போரிட
ஆயுதங்கள் கண்டோம்...
எரியும் வயிற்றுடன்
எந்த ஆயுதங்களுடன்
போரிடுவது..!

மணமில்லா மலர்களுக்கு
மதிப்பில்லை
பணமில்லா மனங்களுக்கும்
மதிப்பில்லை...

வருமானம் இல்லாததால்
திருமணம் என்ற
எல்லையைத் தொடும் முன்னே
தோற்றுவிடுகிறது எங்கள் காதல்...

கட்டி அணைப்பதற்கு
வெறும் கைகள் போதும்
கட்டி வாழ்வதற்கோ
கை நிறைய வேண்டும்...

எந்த வரவும் இல்லாததால்
இது ஒரு துயர நிலை...
உறவுகளெல்லாம் உதறியதால்
இதுவும் ஒரு துறவு நிலை...

இருட்டைக் கண்டு
இப்பொழுது பயமில்லை...
ஒவ்வொரு
விடியலையும் எண்ணியே
இதயம் அஞ்சுகிறது ..!

உண்ணுவது
ஒரு வேளை உணவு...
உள்ளத்திலோ
ஒரு கோடி கனவு..!

நாள் தோறும்
அலைந்து திரிகிறோம்
புதையலைத் தேடி அல்ல
புது விடியலைத் தேடி...

வழி கொடுங்கள் வலிகளை அல்ல

வாழ்ந்திட வழிகள்
இருக்கிறதோ இல்லையோ
வாழ்க்கையில் பல
வலிகள் இருக்கின்றன...

தாயின் வலியோடு
பிறந்த வாழ்க்கை
தந்தையின் வலியோடு
தொடர்கிறது...

வாழ்வின் வழியெங்கும்
வலிகளே நம்மை வரவேற்கின்றன...
வழிகள் தேடித் தேடியே
விழிகளும் வலிக்கின்றன...

பசி தீர்க்கும் உணவுகளின்
மரபணுக்கள் மாறியதால்
நஞ்சாகி வலிக்கின்றன...
வலி தீர்க்கும் மருத்துவத்தின்
வழியும் மாறியதால்
மருந்துகளும் வலிக்கின்றன...

 முள்ளில் பிறந்த பூக்கள்

வாழும் வழிகள்
போதிக்க உருவான
கல்வியும் வலிக்கிறது...
அன்புடன் வாழும்
வழியாய்க் கண்ட
காதலும் வலிக்கிறது...

பெண்வழி ஆணுக்கும்
ஆண்வழி பெண்ணுக்கும்
வந்த வலிகளால்
வந்தது வானோர்க்கும்
இங்கு வலிகள்...

வலிகளை இறக்கிவைக்க
கடவுளின் வழி தேடினால்
செல்லும் வழியெங்கும்
வலிதரும் கலவரங்கள்...

செம்மையாய்ச் செய்திருந்த
சமயச் சாலைகளெல்லாம்
சிதைந்து கிடக்கின்றன...
சிந்திய பலரின் இரத்தத்தால்
சிவந்தும் கிடக்கின்றன...

புல் தரையில் நடப்பதனால்
பாதங்களுக்கு வேண்டுமானால்
பாதைகள் கிடைத்துவிடலாம்
புற்களுக்கு வலிகள்தானே கிடைக்கிறது...

மனிதர்கள் வாழ்வதற்காய்
பிற உயிர்களை அழித்தாகிவிட்டது...
அதிலே மனிதர்களின்
அழிவும் ஆரம்பமாகிவிட்டது...

மூன்று தோசைகளுக்கு
மேல் உண்டால்
வயிறு வலிக்கிறது...
எவ்வளவு ஆசைகள் கொண்டாலும்
உயிர் வலிப்பதில்லையே..!

பாம்பின் விஷம்
அதைக் கொண்டிருக்கும்
பாம்பைக் கொல்வதில்லை...
ஆசை என்னும் விஷமோ
அதைக் கொண்டோரையும்
கொல்கிறது...

இடர்களைத் தீர்க்கும்
வழி தேடியே இங்கு
எல்லோரும் ஓடுகிறோம்
இருந்தும் ஏன்
உடன் வருவோரின்
கால்களை இடறுகிறோம்.?!

வழி கொடுங்கள்
அல்லது
வழி விடுங்கள்
யாருக்கும்
வலிகளைக் கொடுக்காதீர்கள்.!!

கக்கன்

தனி வாழ்வில் ஒரு
சித்தன்*...
பொது வாழ்வில் ஒரு
புத்தன்..!

பிறருக்கு
வெளிச்சம் தருவதற்காய்
தன்னை எரித்துக்கொண்ட
விளக்கு...

நாட்டுக்கு
சுதந்திரம் வேண்டி
தன் சுதந்திரத்தை
அடகு வைத்த
தங்கம்...

பிறர் பறந்து செல்ல
தன் சிறகுகளை
பரிசளித்த
விநோதப் பறவை...

---

* சித்தன் – உண்மயுள்ளவன்

   முள்ளில் பிறந்த பூக்கள்

வாங்குவது அவமானம்
என்று விளங்கவைத்த
வாழ்க்கைப் பாடம்...
தூய வாழ்வு
படிக்க விரும்புவோருக்கு
ஆசிரியன்..!

அரசியல் அகராதியில்
வெள்ளை உடுப்பிற்கு அர்த்தமாய்
இவர் பெயரை வைக்கலாம்...
கல் வெட்டுகள் செய்து
தன்மானத்தின் தந்தை
என்று பொறித்து வைக்கலாம்...

ஆண்டோரிலும்
சிறந்த சான்றோர்கள்
இருந்தார்கள் என்பதற்கு
சான்றானவர்...

ஏழ்மையாலும்
அடக்க முடியாத
அவர் பணிகளுக்கு
நோய் வந்து
ஓய்வை அறிவித்தது...

அன்னாருக்கு எங்கள்
புகழ் வணக்கம்
அகிலம் எங்கும் அவர்
புகழ் மணக்கும்...

 முள்ளில் பிறந்த பூக்கள்

கன்னியும் பொன்னியும்

கன்னி
கடந்து சென்றால்
கண் குளிரும்...
பொன்னி
நடந்து சென்றால்
மண் குளிரும்...

அவள் நடக்கையில்
பாதங்களில் பளபளக்கும்
கொலுசின் சத்தம்
இவள் நடக்கையில்
பாறைகளில் சலசலக்கும்
அலையின் சத்தம்...

அவள் கொண்ட
கண் மீன்கள்
காண்பவரை தூண்டிலிடும்...
இவள் கொண்ட
மீன்களை அள்ளுகின்ற
தூண்டில் விழும்...

அவள் கடந்துவரும்
பாதையெல்லாம்
காண்போரின் மனம் நிறையும்
இவள் கடந்து செல்லும்
பாதையெல்லாம்
கால்வாயால் குளம் நிறையும்...

அவள்
பார்வையின் பாய்ச்சலில்
காளைகளும் கதி கலங்கும்...
இவள்
பாய்ந்திடும் பாய்ச்சலில்
பாலையிலும் செடி வளரும்...

கன்னிகளுக்காய்
நடந்த சண்டைகளை
சரித்திரங்கள் சொல்லுது...
பொன்னிகளுக்காய்
நடக்கும் சண்டைகளால்
தரித்திரங்கள் கொல்லுது...

   முள்ளில் பிறந்த பூக்கள்

கன்னிகளைக்
காத்திடும் பலம் கொண்ட
கரங்களே பலவந்தம் பண்ணுது...
பொன்னியின்
கரைகளில் தொடர்ந்த பந்தங்கள்
மறந்து பகையாக எண்ணுது...

உடன்படவில்லை என்று
புடவையை இழுக்காதீர்கள்...
கன்னியையும் காத்திடுங்கள்
பொன்னியையும் காத்திடுங்கள்...

எது அழகு..?

தீயதைக் காணாத
கண்கள் அழகு..!
தூயதைக் கேட்கின்ற
காதுகள் அழகு..!

பொறாமை முகராத
மூக்கழகு..!
புறணியில் உளராத
நாக்கழகு..!

கடித்தால் ஆடாத
பல் அழகு...
கொடுத்தால் மாறாத
சொல் அழகு..!

பின்னிய
மயிரழகு...
நுண்ணிய
அறிவு அழகு...

  முள்ளில் பிறந்த பூக்கள்

சிரிக்கும்
முகம் அழகு...
நறுக்கிய
நகம் அழகு...

கொடுக்கும்
கை அழகு..!
கெடுக்காத
பொய் அழகு..!

வஞ்சம் இல்லா
இருதயம் அழகு...
உறுதி கொண்ட
உள்ளம் அழகு...

பால் ஊட்டும்
மார்பழகு...
பணி மூட்டும்
சோர்வழகு...

நெளிந்த
இடை அழகு...
வலிந்த
தொடை அழகு...

மெலிந்த
உடல் அழகு...
தெளிந்த
குடல் அழகு...

பிறரைத் தாங்கும்
தோள்கள் அழகு..!!
நேர்வழி நடக்கும்
கால்கள் அழகு..!!

அளவோடு உண்ணும்
வயிறழகு...
அயலானையும் எண்ணும்
உயிரழகு...

அன்பென்னும்
குணம் அழகு...
மன்னிக்கும்
மனம் அழகு..!

இறைவனைத் தொழும்
தலை அழகு...
இன்புற்று வாழும்
நிலை அழகு..!

விதவைகள்

உயிர்மெய்
எழுத்தாய் இணைந்து
உயிர் பிரிந்து விட்டதால்
மறுபடியும்
மெய் எழுத்தாய்
மாறிவிட்டவர்கள்...

மெய் பிரிந்தால்
உயிருக்கு உடனே
வேறு மெய் கிடைத்துவிடுகிறது...
உயிர் பிரிந்தால்
மெய் எழுத்து
பொய் எழுத்தாகிவிடுகிறது...

உயிரைப் பிரிந்தால்
உயிர்மெய் எல்லாம்
தலையயில் மீண்டும்
திலகம் இட்டுக் கொள்கிறது...
எங்களது நெற்றிகளுக்கு
அதுவும் மறுக்கப்படுகிறது...

பிள்ளைகள் என்னும்
துணை எழுத்து
கிடைத்துவிட்டால்...
பலருக்கு இனி
உயிரெழுத்துக்கள்
மறுக்கப்படுகிறது...

இது
இலக்கணப் பிழையா..?
எழுத்துப் பிழையா..?
எழுத்தின் பிழையா..?!

வார்த்தைகளுக்கு
இடை இடையே வருகின்ற
மெய் எழுத்துக்கள் போல்
வாழ்க்கையில் நாங்களும்
வந்து போகிறோம்...

சிலரின் ஏளனப் பேச்சும்
பலரின் கேவல மூச்சும்
கேட்டு தினமும் மனம்
நொந்து போகிறோம்...

இதயத்தின் வலிகளைச்
சொல்ல வழியில்லாமல்
சொல்லும் மொழியில்லாமல்
உடலால் வெந்து போகிறோம்...

வெள்ளைப் புடவைகள்
கொஞ்சம் கொஞ்சமாய்
வண்ணங்கள் ஆகின்றன...
நெஞ்சை உடைக்கும்
எண்ணங்களின் வண்ணங்கள்
எப்பொழுது மாறப்போகின்றன..?

புதிய இலக்கணம்
எழுதுங்கள்
விதியென்று கடக்கும்
மனங்களை உழுது
புத்தி விதைகளை
விதையுங்கள்...

பாப்பாக்களைக் காப்பாற்றுங்கள்

தொலைவில் உள்ளதை
காட்டிவிட்டு
பக்கத்தில் இருப்பவைகளை
மறைத்துவிடுகிறது...

வீட்டுக்கு உள்ளேயே
குழந்தைகள்
தொலைந்து போகிறது...
பந்தங்கள்
குலைந்து போகிறது...

உறவுகளை
உருக்குலையச் செய்யும்
காட்சிக் கிருமிகள்
கண்கள் வழியாகக்
கலந்துவிடுகின்றன...

முள்ளில் பிறந்த பூக்கள்

கண்ணாடித் திரையினை
அணைத்த பின்னும் காட்சிகள்
மனத்திரையில் தொடர்கின்றன...
சிலந்தியின் வலைபோல
சிந்தையில் சென்று படர்கின்றன...

விளையாட்டுக்கள் எல்லாம்
சண்டைகளாகிவிட்டன...
உலகச் சண்டைகளெல்லாம்
விளையாட்டாய்ப் போய்விட்டன...
செய்திகள் எல்லாம் சூடாகச்
செய்து விற்கப்படுகிறன...

சமையல் குறிப்புகளைக்
கண்டுகொண்டே இருப்பதால்
சமைக்க நேரமில்லை...
அடுத்து வரும் நிகழ்சியையும்
கண்டுவிட விரும்புவதால்
உறங்க நேரமில்லை...

பணம் கொடுத்து
குழியில் விழும் மனநலங்கள்...
பிணங்களையும் எழுப்பிவிடும்
விளம்பரங்கள்...

கிடைக்கும் காற்றலைக்
காட்சிகள் முன்
கால்களெல்லாம் மடங்கிவிட்டால்
படைக்கும் ஆற்றல்களின்
கால்களெல்லாம் முடங்கிவிடும்...

கதிர்களால் கண்கள்
எரிந்து அழுகின்றன...
கொண்ட கனவுகள் எல்லாம்
கருகி விழுகின்றன...

காய்கறிகளை நறுக்கும்வரை
கத்திகளும் நல்லவைதான்
கைவிரல்களை நறுக்கினால்..?
உயர்விக்க உதவும்வரை
தொலைக்காட்சியும் நல்லதுதான்
உறவுகளை அறுத்தால்..?

ஓய்வுபெறும் தாத்தாக்களும்
பாட்டிகளும் கொஞ்சம் அதன்முன்
சாய்ந்து கொள்ளட்டும்...
ஓய்ந்திருக்கலாகாது பாப்பா
என்று பாரதி பதறிய
பாப்பாக்களைக் காப்பாற்றுங்கள்...

 முள்ளில் பிறந்த பூக்கள்

வெள்ளித்திரை

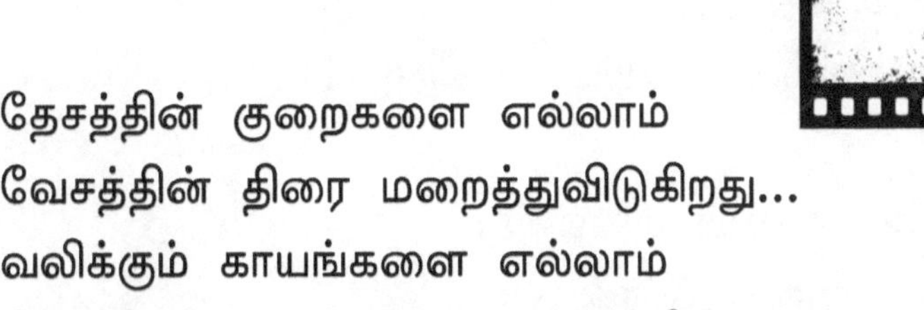

தேசத்தின் குறைகளை எல்லாம்
வேசத்தின் திரை மறைத்துவிடுகிறது...
வலிக்கும் காயங்களை எல்லாம்
ஜொலிக்கும் சாயங்கள் மறைக்கின்றன...

நிகழ்காலத்தைக் கடக்கவந்து பலர்
எதிர்காலத்தைத் தொலைத்துப் போகிறார்கள்...
உண்மைகளை எறிந்துவிட்டு
பிம்பங்களைச் சுமந்து செல்கிறார்கள்...

வேடர்களாவது
கண்களுக்கு இரையைக் காண்பித்து
கால்களுக்கு வலையை விரிக்கிறார்கள்...
ஊடகங்களோ
வெறும் திரையைக் காண்பித்தே
மக்களை விழ வைத்துவிடுகின்றனவே..!

வெளிச்சத்தில் தொலைத்துவிட்டு
இருளில் வந்து தேடுகிறார்கள்...
தரையில் விட்டுவிட்டவைகளை
திரையில் வந்து தேடுகிறார்கள்...

வெள்ளைத் துணிகொண்டு
பிணங்களைத்தான் மூடுவார்கள்...
இந்த வெள்ளைத் துணியோ
மனங்களை அல்லவா மூடிவிடுகிறது..!

நித்திரையில் காணும் கனவுகள்
விழித்ததும் மறைவதுபோல்...
இத்திரையில் காணும் கனவுகளும்
எழுந்ததும் மறையட்டும்...

யார் பைத்தியம்?

கிழிந்த உடையுடன்
தெருவில் அலைபவனா..?
தெரிந்தே கிழித்து
திமிரில் அலைபவனா..?!

கலைந்த முடியுடன்
காட்சி அளிப்பவனா..?
தலைமுடி கலைத்திடக்
காசு அளிப்பவனா..?!

அழுக்கு உடை கொண்டவனா
அழுக்கு மனம் கொண்டவனா..?!
உற்றோரை அறிய முடியாதவனா?
பெற்றோரையும் தெருவில் விடுபவனா..?

கல்வி கேள்வி பெறமுடியாதவனா
கல்விக்கு ஏக விலை பெறுபவனா..?
வைத்தியத்தால் குணமாகாதவனா
வைத்தியத்தால் குணமாக்காதவனா..?!

பணத்தின் அருமை அறியாதவனா
குணத்தில் வறுமை அடைந்தவனா..?
தங்கத்தின் தரம் தெரியாதவனா
தர்மத்தின் அறம் புரியாதவனா..?!

குப்பையில் கிடக்கும்
உணவை எடுப்பவனா...
குப்பையை உணவில்
கலந்து கொடுப்பவனா..?!

மதியை இழந்தவனா
நிம்மதியை இழந்தவனா..?
மூளையின்றிக் கிடப்பவனா
மூலையில் கிடப்பவனா..?

எதுவும் அறியாமல்
தன்னைக் கெடுப்பவனா..?
எல்லாம் அறிந்துகொண்டு
உலகைக் கெடுப்பவனா..?

 முள்ளில் பிறந்த பூக்கள்

ரோஜாக்களும் முட்களும்

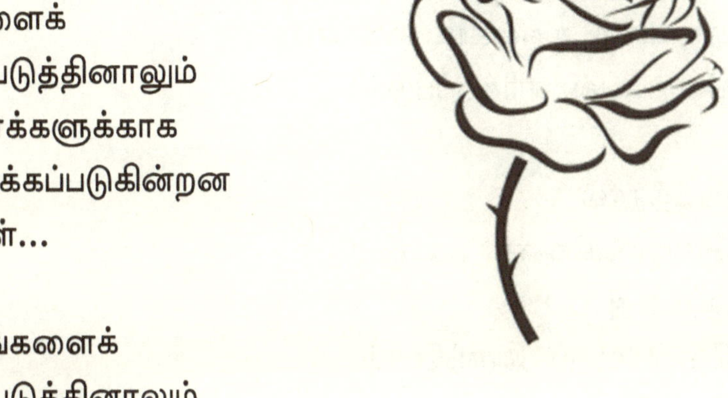

கைகளைக்
காயப்படுத்தினாலும்
ரோஜாக்களுக்காக
மன்னிக்கப்படுகின்றன
முட்கள்...

இதயங்களைக்
காயப்படுத்தினாலும்
நேசத்திற்காக
மன்னிக்கப்படுகின்றன
சொற்கள்...

வேலியாக நின்றால்
முட்கள்கூட மதிக்கப்படும்...
போலியாக நின்றால்
நட்புகூட மிதிக்கப்படும்...

காயங்களை மட்டுமே
தருகின்ற முட்கள் எல்லாம்
நெருப்பில் எரிக்கப்படும்...
காயங்களை மட்டுமே
தருகின்ற உறவுகள் எல்லாம்
வெறுப்பில் எரிக்கப்படும்...

முடிந்தால்
ரோஜாக்களைக் கொடுப்போம்
அல்லது
வேலிகளாய் இருப்போம்
போலிகளாய் மட்டும்
வேண்டாம்...

 முள்ளில் பிறந்த பூக்கள்

தந்தை என்னும் விந்தை – தந்தையர் தினம்

உறங்குவதற்கு
அன்னையின் மடி வேண்டும்...
உயர்வதற்கு
தந்தையின் தோள் வேண்டும்...

உன் விரல் பிடித்து
நடந்து சென்றால்
ஒரு படை கண்டும் பயந்ததில்லை...
உன் பக்கத்தில் படுத்திருந்தால்
நள்ளிரவில்கூட நடுக்கமில்லை...

கொஞ்சுகையில் குத்துமென
அஞ்சுவதால் அழகிய மீசை இழப்பார்...
அஞ்சுரூபாய் வீண்செலவும்
மிஞ்சிடவே பலவித ஆசை துறப்பார்...

இடது கையாய் எண்ணினாலும்
ஊன்றி எழுந்திட உதவிடும் நம்பிக்கை...
இடறி விழும் நேரத்தில் உடன்
நீண்டு வருவதும் உன் அன்புக்கை...

என் அபயக் குரல் கேட்டால்
மறுகணமே அங்கு வந்து நிற்பாய்...
ஒரு தேவை என்று வந்தால்
உன் உயிரையும்கூட அடகு வைப்பாய்...

மார்பிலும் தோளிலும் தாங்குவார்
மனதில் காயங்களும் பல வாங்குவார்...
யாரும் அறியாமல் தியாகங்கள் புரிவார்
வேர்போல் தெரியாமல் யாவையும் புரிவார்

அவர் கட்டிடும்
மனக் கோட்டையெல்லாம்
என்றும் நமைச் சுற்றியே...
திட்டிடும் வார்த்தைகூட
சிறந்த சிற்பமாய்ச் செதுக்கவே..!

வாழ்நாள் முழுவதும்
கைகள் தேடியதை எல்லாம்
ஒரு கையெழுத்தில் கொடுத்துவிடும்
தந்தை என்னும் விந்தை..!

     முள்ளில் பிறந்த பூக்கள்

காலம் வரும் காத்திரு...

கூட்டுப் புழுவை
அருவருத்த
அதே கண்கள் தான்
வண்ணத்துப் பூச்சியானதும்
விரட்டிப் பார்க்கிறது...

முள் செடி என்று
தள்ளிய கைகள்தான்
ரோஜா மலர்ந்ததும்
தழுவிக் கொள்கிறது...

கற்கள் என்று
கடந்த கால்கள் தான்
புற்கள் வளர்ந்ததும்
புரள நினைக்கிறது...

விதைக்கும் போது
வலித்த கைகள்தான்
அறுக்கும் போது
களிப்படைகிறது...

பக்கத்துச் செடிகள் எல்லாம்
பூத்துவிட்டதே என்று
வருத்தம் கொள்ள வேண்டாம்
வளரும் வரை காத்திருப்போம்...

நாம்
பூத்துக் குலுங்கும்
ஒரு காலம் வரும்...
உலகம் அன்று
நம்மையும் தேடி வரும்...

மாலை நேரத்து மயக்கம்

தன் கதிர்கள்
என்னும் தூரிகைகளால்
சூரியன் தீட்டுகின்ற
வண்ண வண்ண ஓவியங்கள்
கண்ணைக் கவர்ந்திடும்
மாலை வானிலே...

காலைமுதல் பயமுறுத்தினாலும்
காதலியைப் பிரிந்திடும்
கவலை அளிக்கிறான் கதிரவன்
மாலையில் மறைகையிலே...

சற்று நேரத்தில் வரப்போகிற
வெள்ளிச் சுடர்களை
நம் விழிகளில் ஏற்றிவைக்க
வண்ணத் திரையை விலக்க
காத்திருக்கும் வானம்...

விழாக் குழுவினர் போல்
விரைந்து அலைகின்றன
முகில் கூட்டங்கள்...
பன்னீர்த் தூறல்கள் தெளிப்பதற்கு...

விருந்தினர்க்கெல்லாம்
இன்னிசை விருந்தளிக்க
பறந்து வருகின்றன
பறவைக் கூட்டங்கள்...

மலர்களில்
மணங்களை எடுத்து
மரக்கிளைகளை
விசிறிகளாய் அடித்து
தென்றலும் மேனியில்
தவழ்ந்து செல்கிறது...

சுடும் சூரியனை மறைத்து
குளிரும் நிலவின் இரவில்
உழைத்துக் களைத்திருக்கும்
தன் குழந்தைகளை
உறங்கவைக்கப் போகிறாள்
பூமித்தாய்...

சுயம்வரத்திற்குக் காத்திருக்கும்
இளவரசி போல்
இரவு முழுதும் காத்திருந்து
விரும்பும் இதயம் எதையும் காணாமல்
தினமும் கன்னியாகவே
திரும்புகிறாள் நிலாப்பெண்...

 முள்ளில் பிறந்த பூக்கள்

வீட்டின் கூரைச் சுவர்களில்
நிலவினை வரைந்து
இரவினை இரசிக்கும்...
அட்டை நட்சத்திரங்கள்
செய்து வைத்து அதிசயிக்கும்...
நிஜங்களை வெறுத்து எதிலும்
போலிகளை விரும்பும் உலகம்...

மாலை நேரத்து
மயக்கம் அறியாதவர்கள் மட்டுமே
மயக்கும் மதுவைத் தேடுகிறார்கள்...

கவலை

மிருகங்களை வீழ்த்துவது
வலை
மனிதர்களை வீழ்த்துவது
கவலை

வலையை
வேடன் விரிக்கிறான்
கவலையை
மூடன் விரிக்கிறான்...

ஆசைகளை
நாம் துரத்தும்போதெல்லாம்
கவலைகள்
நம்மைத் துரத்துகின்றன...

குதிரையின் மீது அமர்ந்தால்
குதிரையின் வேகம்
நம் வேகம்...
கவலையின் மீது அமர்ந்தால்
கவலையின் வேகம்
நம் சோகம்...

முள்ளில் பிறந்த பூக்கள்

கடலலை ஓய்ந்தாலும்
கவலைகள் ஓயாது...
கதிரவன் சாய்தாலும்
கவலைகள் மாயாது...

எந்தக் கால்கள் மிதிக்கும்
என்பது தெரியாது
என்றாலும் கவலையில்லாமல்
எங்கும் பயணிக்கின்றன
எறும்புகள்...

பெருமை எதுவும்
பெறவில்லை என்றாலும்
கவலை கொள்ளாமல்
பால் கொடுக்கின்றன
எருமைகள்...

கருமை நிறம் என்ற
கவலை இல்லாமல்
இசையெழுப்பி மகிழ்கின்றன
குயில்கள்...

பொன் மோதிரங்கள்
இல்லையென்று வருந்துவோர்க்கு
எதிரே வருகின்றான்
விரல்களை இழந்தவன்
புன்னகையோடே..!

படையில்லா மன்னனுக்கு
மணிமுடியும் பாரம்தான்
பலமில்லா மனதிற்கு
தலைமுடியும் பாரம்தான்...

தவளையை விழுங்கும்
பாம்பு போல
கவலையை விழுங்கும்
ஞானம் பெறுவோம்...

மனிதர்கள் எத்தனை பேர்..?

உலகில்
எண்ணூறுகோடி மக்களுண்டு
அதிலே
மனிதர்கள் எத்தனை பேர்..?

காந்தியின்
வேஷங்கள் ஜெயிக்கிறது...
ஆனால் அவரின்
கோஷங்கள் தோற்கிறதே...!

பாரதி கொண்ட
மீசையை அறிந்தோம்
அவர் கொண்ட
ஆசைகளை அறியலையே..!

வள்ளுவர் தந்த
குறளை எல்லாம் அறிந்தும்
நல்வழி சொல்லும் அவர்
குரலை அறியலையே..!

நோபல் பரிசுகள் கிடைத்தாலும்
தெரசாக்களின் கைகளிலிருந்து
பிச்சைப் பாத்திரங்கள் இன்னும்
இறங்கவில்லையே...

செல்லின் மரபணுக்களை
அறிந்து விட்டாலும்
நல்ல மரபுகளை எல்லாம்
எறிந்து விட்டோமே...

பியிர்களைப்
பெரிதாய் வளர்க விரும்பி
உயிர்கள் எங்கும்
பரிதவிக்கிறதே...

செல்வங்களை
எண்ணிக்கொண்டிருக்கும்
வேளையில்
செல்லங்களைத்
தொலைக்கிறோமே...

உலகில்
எண்ணூறுகோடி மக்களுண்டு
அதிலே
மனிதர்கள் எத்தனை பேர்..?

   முள்ளில் பிறந்த பூக்கள்

இன்பம்

பொருள்களைப் பிரித்து
எறிந்துவிட்ட அட்டைகளைச்
சேர்த்துவைத்தல் சிறிய
குழந்தைக்கு இன்பம்...

அட்டைகளைக்
குப்பையென எறிந்துவிட்டு
பொருட்களைச் சேர்த்துவைத்தல்
பெரியவர்க்கு இன்பம்...

சேர்த்த பொருளெல்லாம்
குப்பை என உணர்ந்து
எறிந்துவிட்டுப் போவதுதான்
புத்தன் கண்ட பேரின்பம்...

நோய்களில்லா
உடலுக்கு இன்பம்...
போர்களில்லா
உலகுக்கு இன்பம்...

இனிய உணவும்
இயற்கையின் காட்சியும்
அமுத கானமும்
மலரின் மணமும்
மயக்கிடும் ஸ்பரிசமும்
ஐம்பொறிகளுக்கு இன்பம்..!

ஐம்பொறிகள் வழி
பெறுவதெல்லாம் இன்பமல்ல
அறவழிகளில் வருவதே
இன்பம்..!

வெளியில் இருந்து
வருவதெல்லாம் இன்பமல்ல
உள்ளத்தின் உள்ளிருந்து
ஊறுவதே மெய் இன்பம்..!

காதல் தோற்பதில்லை

காதலுக்குத்
தோல்வி இல்லை...
காற்றுக்கு
ஏது எல்லை..?!

நாசிகள்
சுவாசிப்பதை நிறுத்துவது
காற்றின் தோல்வி அல்ல...
வாசிப்பதன்
பொருள் புரியாதது
புத்தகத்தின் தோல்வி அல்ல...

பாதைகள் மாறுவது
சாலைகளின் தோல்வி அல்ல
விதைகள் விளையாதது
விதைப்பின் தோல்வியல்ல...

ஓவியம் தவறாவது
வண்ணத்தின் தோல்வியல்ல
காதல் தவறாவது
எண்ணத்தின் தோல்வியல்ல...

பூக்கள் உதிர்வது
மரத்தின் தோல்வியல்ல
ஏக்கங்கள் உதிர்வது
மனத்தின் தோல்வியல்ல...

தப்பான தராசுகள்
தங்கத்தின் தோல்வியல்ல...
துப்பாக்கியால் பலியாவது
சிங்கத்தின் தோல்வியல்ல...

பேருந்துக்கு வெளியே
அங்கத்தை நீட்டாதீர்கள்...
தரம் தெரியாதவர்களிடம்
தங்கத்தை நீட்டாதீர்கள்...

இரசிக்கத் தெரியாதவர்களுக்கு
கம்பன் வெறும் சரித்திரம்
இரசிகமணிகளுக்குத்தான் தெரியும்
அவனின் பெரும் கவித்துவம்...

காதல் பூவல்ல
ஒரு முறையில் உதிர்ந்திட...
தினம் தினம் மலர்ந்து
குலுங்கிடும் மலர்வனம்...!

 முள்ளில் பிறந்த பூக்கள்

மணம் தெரியாதவர்களுக்கு
மலர்களால் என்ன பயன்..?
மனம் தெரியாதவர்களுக்கு
காதலால் என்ன பயன்..?

காய்ந்துபோன செடிக்குமுன்
கண்ணீர் விடாதீர்கள்...
காத்திருக்கும் கொடியின்
அன்பில் கலந்துவிடுங்கள்...

காதலுக்குத்
தோல்வி இல்லை...
காற்றுக்கு
ஏது எல்லை..?!

காமராஜர்

காமராஜர் என்னும்
நாமம் கொண்டும்
காமத்தைத் துறந்தவர்...
ராஜனாய்ச் சிறந்தவர்..!

மண் விடுதலைக்காக
தன் விருப்பம் விட்டவர்...
நெருப்பென்று தெரிந்தும்
நெருங்கித் தொட்டவர்...!

நிந்தித்த சிறைகளை
சிந்திக்கும் அறைகளாக்கினார்...
சந்தித்த பதவிகளால்
தேசத்தின் குறைகள் நீக்கினார்...

நேரிய அவர் நடையில்
வெள்ளையரின் படை அடங்கியது...
வீசிடும் பார்வையில்
கொள்ளையரின் தொடை நடுங்கியது...

முள்ளில் பிறந்த பூக்கள்

தேசத்தைக் காதலித்தார்
கடமையைக் கைப்பிடித்தார்
மற்ற உயிரையெல்லாம்
பெற்ற பிள்ளையெனக்
கொண்டிருந்தார்...

சுயநலமில்லாததால்
பிழைக்கத் தெரியாதவர்...
உண்மை வழி சென்றதனால்
பிழைக்கத் தெரியாதவர்...

அறிவுப் பசி தீர்க்கும்
பள்ளிகள் தந்து
தந்தை உள்ளம் கொண்டவர்...
வயிற்றுப் பசி தீர்க்கும்
மதிய உணவு தந்து
தாயுள்ளம் கொண்டவர்...

வெள்ளை உடுப்பு
அவரிடம் அர்த்தம் கண்டது...
கொள்கைப் பிடிப்பு
அவரிடம் அடைக்கலம் கண்டது...

நல்ல அரசை அளக்கும்
அளவு கோலானவர்...
நேர்மையைச் சரிபார்க்கும்
தூக்கு நூலானவர்...

அவர் கடந்து சென்ற
பாதை எல்லாம்
அறியாமை விலகியது...
நடந்து சென்ற
இடங்களில் எல்லாம்
வேளாண்மை பெருகியது...

தோற்றத்தில் எளிமை என்றாலும்
சீற்றத்தில் சிங்கத்தை வென்றவர்...
நெருங்கிடும் அநீதிகளை
எரித்துவிடும் நெருப்பாய் நின்றவர்...

படித்த அறிவு
ஆறுதான் என்றாலும்
ஆறாய் ஓடும்
அறிவு கொண்டவர்...

　　　　முள்ளில் பிறந்த பூக்கள்

சொத்தாய் வைத்திருந்த
பணம் வெறும் நூறு...
வைத்திருந்த புத்தகங்கள்
ஆயிரத்து ஐநூறு...

படிக்காதவரல்ல அவர்
உலகோர் உவந்து
படித்திடவேண்டிய
உன்னத மேதை அவர்...

ஏதோ போதையில்
தொலைத்துவிட்ட பொக்கிசத்தை
தெளிந்த பின் தேடத்தொடங்கியும்
இன்னும் கிடைக்கவில்லை...

இசை

இசை இல்லாத
உதயங்களும் இல்லை
இசை விரும்பாத
இதயங்களும் இல்லை...

அமுதோ
எடுத்து உண்டால்தான்
இனிமை தரும் நாவுக்கு...
இசையோ
காற்றின் வழிவந்து
இனிமை தரும் காதுக்கு...

நாவுக்கு
ஆறு சுவை
காதுக்கு
ஏழு சுவை...

சிறு துளைகள் வழி
உருவாகும் கலை
பெரும் கவலைகளை
அள்ளிவிடும் வலை..!

முள்ளில் பிறந்த பூக்கள்

கூரையில் பறவைச் சத்தம்
சுவர்களில் பல்லிச் சத்தம்...
கொதித்திடும் உலையின் சத்தம்
கொஞ்சிடும் கொலுசின் சத்தம்...

திசை எங்கிலும்
இருக்கின்றது இசை...
அது புவியை
இயக்கிவிடும் விசை...

கொதிக்கும் மனங்களைக்
குளிர்விக்கும் மெல்லிசை...
குதிக்கும் உள்ளங்களை
மகிழ்விக்கும் இன்னிசை...

அறியாமல் வந்து
மேனியை வருடும் காற்று...
அக்காற்றின் வழி வந்து
மனதை வருடும் பாட்டு...

இடர்பட்ட இதயங்களும்
இசைகேட்டு உறங்கும்...
இறைவனின் இதயமும்
இசைகேட்டுக் கிறங்கும்...

சிவாஜி கணேசன்

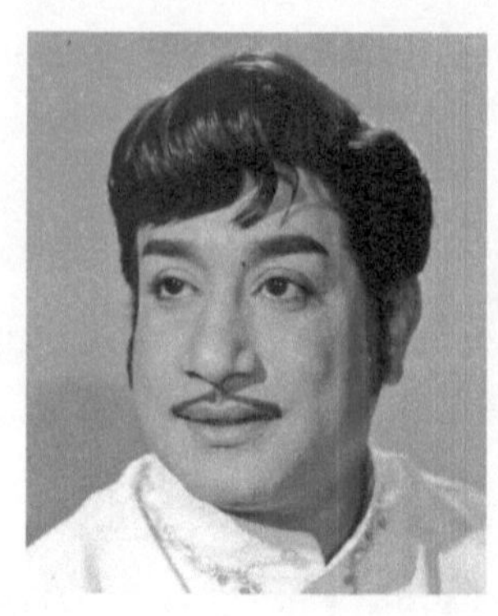

படிக்கும் ஏடுகளைக்
கைகள் விரும்பவில்லை..
நடிக்கும் மேடைகள் நோக்கியே
கால்கள் திரும்பியது...

தன்னை அறிந்தவன்
தரணி ஆளுவான்...
தன்னை அறிந்ததால்
இன்னும் வாழ்கிறார்...

இரசிக்க விரும்புவோர்க்கு
படமாக இருக்கிறார்...
நடிக்க விரும்புவோர்க்கு
பாடமாக இருக்கிறார்...

உடல் மொழிக்கு
ஒரு அகராதி ஆனவர்...
கலைத்துறைக்கு
பெரும் நூலகம் ஆனவர்...

முள்ளில் பிறந்த பூக்கள்

அவர் அங்கங்கலெல்லாம்
அங்கங்கே நடிக்கும்
அத்தனையும் கண்டுவிட
கண்கள் எல்லாம் துடிக்கும்...

கரைபுரண்டு வரும்
பெரும் வெள்ளத்தை
அணைகளைத் தேடி
வரவைத்தவர்...

கரையாத பல
கல் நெஞ்சங்களையும்
கண் வழிச்சென்று
கரைய வைத்தவர்...

திரையரங்குகளை எல்லாம்
திரண்டு வரும் மக்களின்
கண்ணீரால் நிறைத்து
சிறு தீவுகளாய் ஆக்கியவர்...

அத்தனை வேஷங்களையும்
புனைந்து கொண்டவர்...
ஒவ்வொரு பாத்திரத்திலும்
நிறைந்து நின்றவர்...

வரலாற்று நாயகர்களை
கண்களில் காட்டினார்...
கர்ஜிக்கும் வசனங்களால்
காதுகளை மீட்டினார்...

என்றும் வாடாத
பாசமலர் சூட்டினார்...
இன்றும் வாழ்ந்திருக்கும்
வசந்தமாளிகை கட்டினார்...

நேரம் தவறாமையும்
வேலையில் ஈடுபாடுமே
அவர் காட்டிச் சென்ற வேறுபாடு...
உழைப்பிற்கு மாற்றாய் ஏதுமில்லை
என்பதே அவர் வாழ்க்கை
சொல்லிடும் கூறுபாடு...

இறப்பும்
ஒரு நடிப்பாய் இருந்தால்
நலமாய் இருக்கும்...
வாழ்வென்னும்
படப்பிடிப்பு முடிந்துவிட்டாலும்
காட்சிகள் என்றும்
தொடர்ந்துகொண்டுதானிருக்கும்...

     முள்ளில் பிறந்த பூக்கள்

சுப்பிரமணிய சிவா

வீட்டிலோ வறுமை நிலை
நாட்டிலோ அடிமை நிலை
புவியெங்கும் துயர நிலை
விரும்பினார் துறவு நிலை

கர்சன்
வங்கத்தைப் பிளந்தான்
சிங்கங்களின் கர்ஜனை
கிளம்பியது...

சங்கொலிபோல்
எங்கும் எழுந்தது
வந்தேமாதரம் முழக்கம்...
ஆங்கிலேயருக்கோ
வந்து சேர்ந்தது கலக்கம்...

சிதம்பரமும் சிவாவும்
காந்தமானார்கள்...
சாந்தமாயிருந்தவர்களும்
பாய்ந்திடும் புலிகளானார்கள்...

பாரதியின் பாட்டுக்களை
வேட்டுக்களாய் வெடித்தார்...
கூடிய கூட்டங்களிலெல்லாம்
தேசபக்தி ஊட்டிடத் துடித்தார்...

கடற்கரைக் காற்று
தேடி வந்தவர்களிடம்
விடுதலை வேட்கை என்னும்
மூச்சை அளித்தார்...

சுதந்திரச் சிறகினை முறித்து
சிறையினில் அடைத்தனர்
பரங்கியர்...
அழகினை இழந்து அழுகிடும்
தொழுநோய்கண்டுத் துவண்டன
கரங்கள்...

நோயோ மெய் சுட்டது
தேகம் கைவிட்டது...
வாழ்வில் மனம் விட்டது
மரணம் தொட்டுவிட்டது...

அப்துல் கலாம்

ஏவுகணைப் பேனாவால் பல
கவிதைகள் எழுதியவர்...
தலையில் பலமிருந்தும்
தலைக்கனம் இல்லாதவர்...

தோல்விகளும் துன்பங்களும்
பாதையில் வந்தாலும்...
மோதித் தள்ளிவிடும்
வேகம் கொண்டவர்...

அறிவியல் வழியிலும்
ஆன்மீகத்தை அறிந்தவர்...
பொறியியல் பயின்றாலும்
தார்மீகத்தை அறிந்தவர்...

விண்ணில் சென்றிட
ஏவுகணை ஏவினார்...
மண்ணில் வென்றிட
மனிதர்களை ஏவினார்...

வெற்றிகளுக்கு ஊதியமாய்
மரக்கன்றுகளை வாங்கியவர்...
மனங்களில் ஊன்றிநின்று
குணக்குன்றென ஓங்கியவர்...

ஆசிரியர்களின் அன்பை அணிந்தவர்
ஆசிரியராயும் அன்பைப் பொழிந்தவர்
நேசிக்கும் நெஞ்சங்கள் எல்லாம்
வாசிக்கும் சரித்திரமாய் எழுந்தவர்...

எப்பொழுதும் உயர்ந்த
சிந்தை கொண்டவர்...
ஆகாயத்தை அடைந்திடும்
ஆசை கொண்டவர்...

இயற்கையின் சக்தி கண்டு
வியந்து நின்றவர்...
இறைவனை நித்தமும்
புகழ்ந்து வந்தவர்...

                    முள்ளில் பிறந்த பூக்கள்

அன்றோ
அறிவாற்றல் கொண்ட
அன்புக் கலாமானார்...
இன்றோ
வரலாற்றில் இடம்கண்டு
கண்களுக்குக் காலமானார்...

அறிந்த இதயங்கள் எல்லாம்
அன்பால் இணைந்தது...
அவர் மரணம் தந்த சோகம்
மனதில் அம்பாய் நுழைந்தது...

அவர் கனவுகள் நனவாக
கரம் கொடுப்போம்...
அவர் நினைவாக எங்கும்
மரம் வளர்ப்போம்..!

ஆரோக்கியசாமி – இரங்கல்

பரிவான
ஒரு துறவியின்
இறுதி ஊர்வலம்...
பிரிவால் அழுதிடும்
இதயங்கள் இங்கு
பல ஆயிரம்...

உம்மைச் சுமப்பது
ஊர்தி மட்டுமல்ல
உடன் வரும் எங்கள்
இதயங்களும் தான்...

ஊர்தியிலிருந்து
உம்மை இறக்கி விடுவார்கள்...
எங்கள் இதயங்களிலிருந்து
என்றும் இறக்க முடியாது...
எங்கள் எண்ணங்களிலோ - நீ
என்றும் இறக்கவும் முடியாது...

   முள்ளில் பிறந்த பூக்கள்

நீ மரித்துப் போகவில்லை
உன்னை எங்களுக்குள்
பிரித்துப் போகிறோம்...
உன்னைப் புதைக்கவில்லை
எங்கள் இதயங்களில்
விதைத்திருக்கிறோம்...

பாதையை
எங்களுக்குக் காட்டிவிட்டு
நீ பயணத்தை
முடித்துக்கொண்டாய்...

எங்கள் வழிகளில்
ஒளி காட்ட
இறைவன் கொடுத்த விளக்கை
இன்று நாங்கள்
இழந்து விட்டோம்...

நீ சம்பாதித்து
வைத்திருந்த சொத்துக்களை
எங்களால் எண்ண முடியவில்லை
உண்மையிலேயே
எண்ண முடியவில்லை
உன் இறுதி ஊர்வலத்தில்
கலந்துகொண்ட இதயங்களை...

நீ எங்கள்
விழிகளை மட்டும்
ஈரமாக்கி விட்டுப் போகவில்லை
எங்கள் இதயங்களைப்
பாரமாக்கிவிட்டும்
போயிருக்கிறாய்...

எங்களுக்காக நாங்கள்
கண்ணீர் விட்டபோது
துடைக்க வந்த
உன் கரங்கள்
இன்று உனக்காக
கண்ணீர் விடும்போது
உறங்கிப் போய்விட்டதே...

நீ மரணத்திற்கும்
பயப்படவில்லை என்பதை
மரித்தபின்னும்
சிரித்தவண்ணம் இருக்கும்
உன் முகத்தை வைத்து
உணர்ந்து கொண்டோம்..!

முள்ளில் பிறந்த பூக்கள்

காதலி – மனைவி

காதலி
கழன்று விடும் காதணி
மனைவி
காதில் விழும் துளை...

காதலி
அறுந்து போகும் காலணி
மனைவி
சுமந்து போகும் பாதம்...

காதலி
மறைந்து விடும் மருதாணி
மனைவி
நிலைத்து விடும் பச்சை...

காதலி
மலர் தரும் வாசம்...
மனைவி
உயிர் தரும் சுவாசம்..!

காதலி
வானவில் போன்றவள்
மனைவி
வானம் போன்றவள்...

காதலி
சுவரில் எழுதும் வண்ணம்...
மனைவி
சுவரில் விளங்கும் திண்ணம்...

காதலி
கானலின் பிழை நீர்
மனைவி
வானத்தின் மழை நீர்...

காதலி
கண்கள் மயங்கும் கனவு...
மனைவி
மனதை நிறைக்கும் நனவு...

காதலி
மின்மினி போன்றவள்...
மனைவி
விண்மீன் போன்றவள்...

காதலி
பைத்தியன் கையின் கத்தி
மனைவி
வைத்தியன் கையின் கத்தி...

காதலி
காகிதத்தின் மை எழுத்து
மனைவி
மாமல்லத்தின் கல் எழுத்து..!!

காதலியே மனைவியானால்
காவிரி கடலில் கலப்பது போல்
காதலும் அன்பும் கலந்து அந்த
வாழ்வே இன்பக் கடலாகும்...

ஆசிரியர் தினம்

அறிந்த இருளை விலக்குகின்ற
சூரியனிலும் சிறந்தவர்
அறியாமை இருள் அகற்றும்
ஆசிரியர்..!

சூரியன் அகற்றிடும் இருளும்
அந்தியிலே திரும்பி வரும்...
ஆசிரியர் விரட்டிடும் இருளோ
அகன்றால் வருவதில்லை..!

கண்ணிற்கு மட்டுமே
ஒளி கொடுக்கும் ஞாயிறு
வாழ்விற்கும் வழிகாட்டும்
ஆதவன் ஆசிரியர்..!

வாழ்வின் புதிர்களைப்
புரிந்து கொண்டு
அழிக்கவரும் பூச்சிகளை
எதிர் கொண்டு
கதிர்களைத் தரக்
கற்றுக் கொடுப்பவர்கள்..!

முள்ளில் பிறந்த பூக்கள்

உடலும் மனதும் மூளையும்
திடம் காணும் பயிற்சிகளைத்
தினமும் தருபவர்கள்...
கடமையின் கருத்தை விளக்கி
வாழ்க்கை என்னும்
கடலில் விடுபவர்கள்..!

நல்ல மதிப்பெண்களை மட்டுமல்ல
நல்ல மதிப்புகளையும் பெறவைக்கும்
பொறுப்பு பெற்றவர்கள்...
பெற்றவர்களிலும் கற்றவர்கள்
அதிக கடமை பெற்றவர்கள்...

மண்ணில் இருந்துகொண்டு
மாணவர்களை வாழ்வென்னும்
விண்ணில் ஏவுகின்ற
ஏவுகணை போன்றவர்கள்..!

கனவு விதைகளை
கருத்தாய் விதைத்துவிட்டு
அறுவடையின் பலனை
அனுபவிக்காதவர்கள்..!

சிலையாகும் போது
அழகாகிறது மண்...
ஆபரணமாகும்போதுதான்
அழகாகிறது பொன்...
மாணவனாகும்போதுதான்
அழகாகிறான் மனிதன்..!

அனாதைகள்

பெற்றவர்களை
விபத்தில் இழந்ததால் அல்ல
பெற்றவர்களின்
விபத்தில் விளைந்ததால்
அனாதைகளானவர்கள்...

உயிரைக் கொன்றுவிடும்
விபத்துகள் உண்டு
இதுவோ உயிரை
உண்டாக்கிவிடும் விபத்து...

இந்த விபத்தில்
பாதிக்கப்பட்டவர்களுக்கே
தண்டனையும் கிடைக்கிறது...
கட்டில்கள் செய்த தவறுக்காக
தொட்டில்களுக்கு இங்கே
ஆயுள் தண்டனை..!

நிரபராதிகள் இங்கு
தண்டிக்கப் படுகிறார்கள்...
நிராயுதபாணிகள்
தாக்கப்படுகிறார்கள்...

பிரியன்

உயிர்களை
முறையின்றிக் கொல்வது
மட்டும் குற்றமில்லை...
முறையின்றிக் கொள்வதும்
கொடிய குற்றமே...

இன்பம் இங்கு
துன்பம் அடைகிறது...
இதயம் வெந்து
துக்கத்தால் உடைகிறது...

புத்தகச் சுமையே
ஏற்க முடியாத் தவறு என்னும்போது
பிச்சைப் பாத்திரங்கள்
மன்னிக்க முடியாப் பாவம் அல்லவோ.?!

காணும் கண்களுக்கே
இத்தனை வலி என்றால்
வாடும் உயிர்களுக்கு
எத்தனை வலி இருக்கும்.?!

 முள்ளில் பிறந்த பூக்கள்

விதிகளை மீறி
பொருளை உண்டாக்கும்
ஆலைகளே மூடப்படுகிறது...
விதிகளையும் மதிகளையும் மீறி
கருவை உண்டாக்கும்
பாவிகளை ஏது செய்வது..?

வாகனம் செலுத்திட
பயிற்சி பெற்றிடல்போல்
வாழ்வினைச் செலுத்திடும்
நெறிகளைக் கற்றுணர்ந்தால்
இந்தப் பாழும் விபத்தினை
பாரினில் தவிர்க்கலாம்...

அன்னை தெரசா

கருவில் அடைந்ததைச்
சுமந்து அல்ல
தெருவில் கிடந்தவர்களைச்
சுமந்து அன்னையானவள்...

பக்கத்தில் சோலையிருந்தும்
தூரத்துப் பாலைவனம் நோக்கி
பயணப்பட்டவள்...
உல்லாசப் பறவையாய்
ஓடித் திரியாமல்
சிறகொடிந்த பலருக்காய்
மனம் ஒடிந்தவள்..!

குப்பையில்
போடப்பட்டவர்களுக்காய்
கோபுரம் கட்டியவள்...
வேர் அறுந்துபோன
எண்ணற்ற மரங்களுக்கு
விழுதுகள் ஆனவள்...

வாடுவது களைகளானாலும்
கண்ணீர் விட்டவள்...
சாக்கடை என்று
சகலரும் எண்ணியதை
சந்தனம் என்று
சாதித்துக் காட்டியவள்..!

மருத்துவர்களும் மறுத்து
கைவிட்டவர்களையும்
கருத்துடன் தேடிச்சென்று
கைகொடுத்தவள்...

விடியல் இனி இல்லையென
இருளில் கிடந்து
ஒடிந்த இதயங்களுக்கு
ஒளியாய் வந்து நின்றவள்...

இல்லத்தில் இருந்து
துரத்தப்பட்டவர்களுக்கு
தன் உள்ளத்தில்
இடம் கொடுத்தவள்...

பிறர் தேவைக்கு
இவர் கரங்கள் தாழ்ந்தது
அந்தச் சேவையில்
பல உயிர்கள் வாழ்ந்தது...

தான் வாழ்ந்திட
பிறர் உயிர் எடுப்பவன்
மிருதன்...
பிறருடன் சேர்ந்து
தன் உயிர் வளர்ப்பவன்
மனிதன்
பிறர் வாழ்ந்திட
தன் உயிர் கொடுப்பவன்
புனிதன்...

மனுக்குலம் அனைத்தும்
அன்னை என்று அழைத்த
ஒரே மனுசி..!
அந்த அன்னையை இழந்ததால்
அனைவரும் இன்று
அனாதைகளே..!

                                   முள்ளில் பிறந்த பூக்கள்

தென்கச்சி கோ. சுவாமிநாதன்

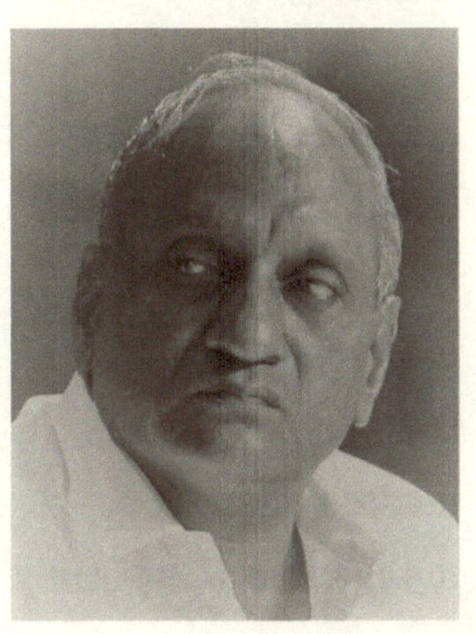

தென்கச்சி என்னும்
தேன் கட்சி..!
ஆயிரமாயிரம் பூக்கள் தேடி
தேன் சேர்க்கும் தேனீ...
ஆயிரமாயிரம் புத்தகங்களில்
தேன் எடுத்தவர் சுவாமி...!

தேன் எடுக்கச் சென்றால்
விரட்டிக் கொட்டிவிடும் தேனீ...
இவரோ திரட்டிக் கொட்டிடுவார்
இன்பத்தேனை நம் காதுகளில்..!

வலிக்கும்படிக் கொட்டி
வேதனை தரும் தேனீ – இவரோ
இனிக்கும்படிக் கொட்டி
போதனை தரும் ஞானி..!

வான் வழி பொழியும்
மழைநீரோ உணவளிக்கும்...
வானொலி வழிவரும் இவர்
வாய்மொழியோ வழிநடத்தும்...

தேனை உண்டால்
உடல் நலம்பெறும்
இவர் தரும்
தகவலைக் கொண்டால்
மனம் நலம்பெறும்..!

மலர்களில்
மகரந்தம் சேர்ப்பது தேன்பூச்சி...
மனங்களில்
மகிழ்வைச் சேர்ப்பவர் தென்கச்சி..!

இவரின் வார்த்தைகளுக்கு
கவலைகளைக் குறைத்துவிடும்
சக்தி மட்டுமல்ல – மனதின்
கறைகளை அழித்துவிடும்
வல்லமையும் இருக்கிறது..!

தேனீயின் குணம் அறியோம்
இவரின் ஈகைக்குணம் அறிவோம்
தேன்பூச்சிகள் மட்டுமல்ல...
தென்கச்சிகள் இல்லையென்றாலும்
உயிர் வாழாது உலகம்..!

 முள்ளில் பிறந்த பூக்கள்

சுகி சிவம்

முட்டைக்குள்
கருவை வளர்க்கும்
தாய்ப்பறவை...
நீயோ
கூமுட்டைகளுக்குள்ளும்
கருத்தை வைத்துவிடும்
தந்தைப் பறவை..!

புறாவின் உயிர் காக்க
தன் தொடை கொடுத்தான்
சிபிச் சக்கரவர்த்தி...
பிறரை உயர்விக்க
தன் தொண்டை(க்) கொடுக்கிறார்
சுகிச் சக்கரவர்த்தி..!

பெரிய காட்டையும்
அழித்துவிடும் சக்தியுள்ளது
சிறு தீக்குச்சி...
எரிந்து விழும் சாம்பலையும்
எழுப்பிவிடும் சக்தியுள்ளது
உன் பேச்சுக்கு...

எல்லைகள் குறித்துக்கொண்டு
எதிர்படுவோரை எல்லாம்
குரைத்துக்கொண்டிருந்த எங்களுக்கு
சிறைகள் தாண்டிப் பறக்கும்
சிறகுகள் கொடுக்க எண்ணியவர்...

உன் வார்த்தைகள்
சோம்பலை விழச்செய்கிறது
சேர்ந்தோரை எழச்செய்கிறது...
இதயங்களை உழுதிடுகிறது...
எண்ணங்களைப் பழுதிடுகிறது...

மழை பெய்வதையும் சிலர் வெறுப்பார்
அவர் போன்றோர் பிழை பொறுப்பாய்...
வசைபாடும் வாய்களுக்காய்
இசைபாடுவதை விடுவதில்லை குயில்கள்...

நெல் மட்டுமல்ல நல்ல
சொல்லும் வேண்டும் வாழ்வுக்கு...
நல் வேந்தர் மட்டுமல்ல
சொல் வேந்தரும் வேண்டும் நாட்டுக்கு...

  முள்ளில் பிறந்த பூக்கள்

மகாகவி பாரதியார்

எட்டையபுரத்தில் பிறந்தவர்
எண்ணங்களால் எழுந்து
எட்டமுடியா உயரமாய்ச் சிறந்தவர்..!
எழுதுகோல் எடுப்போருக்கு
எடுத்துக்காட்டாய்த் திகழ்பவர்..!

புவி சிறக்க
பிறப்பெடுத்த மகா கவி..!
பெற்றெடுத்த பெண்ணும்
சுமந்து நின்ற மண்ணும்
பெருமைகொள்ளும் வண்ணம்
வாழ்ந்த மகா முனி..!

பார் அதிரும்
பாட்டுக்கள் தந்தவர்..!
பாட்டாலே பரங்கியருக்கு
வேட்டுக்கள் வைத்தவர்..!

தன்னை அறிந்தவர்
தன்மானம் உணர்ந்தவர்..!
கிரீடங்களைவிட தலையே
பெரிதென நினைத்தவர்..!

காணும் உயிரில் எல்லாம்
கடவுளைக் கண்டவர்..!
குருவிகளுக்கு உணவிட்டு
தன் வயிற்றை நிறைந்தவர்..!
தரித்திரத்திலும் சிறந்த
தானம் கொடுத்தவர்..!

இடர்மிகு உலகில்
முடங்கிக் கிடந்தோர்க்கு
சுடர்மிகு அறிவால்
ஜோதியாய் ஒளிர்ந்தவர்..!

நூறாண்டுகளைக் கடந்தும்
அணையாமல் எரிகின்ற
பேராற்றல் கொண்ட
கவிதை விளக்கவர்..!

நமக்குத் தொழில்
நாட்டுக்கு உழைத்தல்
என்று முழங்கியவர்..!
நாட்டுக்கே தலைவனாகும்
தகுதி படைத்திருந்தும்
பாட்டுக்குத் தலைவனை
வறுமையே ஆண்டது...

முள்ளில் பிறந்த பூக்கள்

தமிழ்க் கடலில் முத்துக்களை
அள்ளிக் கொடுத்தார்..!
மதிப்பறியாதோர் இன்னும்
சிப்பிகளையே தேடுகின்றார்...

அவரின் கானங்களே
புரியாத உலகிற்கு
அவரின் கனவுகள் எங்கே
புரியப் போகிறது...

அவரைத் தூக்கி எறிந்தது
யானை மட்டும் அல்ல
அவரின் அருமை பெருமைகள்
அறியாத அஞ்ஞானமும்தான்...

மரணம் என்னும் பகைவன்

கருவறையில் தொடங்கிய
வாழ்க்கைப் பயணத்தின்
கடைசி நிறுத்தம்...
ஓடுகின்ற உயிர்கள் எல்லாம்
தொட வேண்டிய
எல்லைக் கோடு...

உருவானது முதல்
துடித்துக் கொண்டிருந்த
இருதயம் ஓய்வை
ஆரம்பிக்கும் நாள்...

உடலின் இயக்கத்திற்கு
இன்று முதல் விடுமுறை...
எல்லாத் தொல்லைகளுக்கும்
எழுதப்படும் முடிவுரை..!

உடல் கொண்டிருந்த
பெயர் என்னும் அடையாளம்
எடுக்கப்படும் நாள்...
மனம் கொண்டிருந்த
துயர் என்னும் பாரங்கள்
படுத்துவிடும் நாள்...

உறவுகளுக்கு
சிறு துக்க அறிக்கை
உயிரோடு இருப்பவர்க்கெல்லாம்
ஒரு எச்சரிக்கை..!

நல்லோர் என்றும்
தீயோர் என்றும் பேதமில்லை...
உள்ளோர் என்றும்
இல்லார் என்றும் பார்ப்பதில்லை...

உயிர்கள் எல்லோர்க்கும்
பொதுவான எதிரி...
ஒருநாள் எல்லோரையும்
வெல்லுவது உறுதி...

இதை எதிர்க்க
வல்லவர்கள் யாருமில்லை...
இந்த புதிர்க்கு
நல்ல விடை ஏதுமில்லை...

கேள்விக்குறி
முற்றுப்புள்ளியாய்
மாறும் தருணம்...
வாழ்க்கைத் தேடலின்
மொத்தப் பலனாய்
வருவது மரணம்..!

மீனவர்கள்

பிறவிக் கடல் கடக்க
பரவிய கடல் கிடக்கிறார்கள்...
படகுகள் நிறைந்தால்தான்
பலர் வயிறு நிறைக்கிறார்கள்...

பெரும் புயலும் மழையும்
எதிர் வந்தாலும் பயமில்லை
மனதின் பிழைகளால் எழும்
பகையை எதிர்கொள்ளத்தான்
ஒரு வழியுமில்லை...

சுறாக்களோ திமிங்கலங்களோ
மரக்கலங்களைக்கூட உடைப்பதில்லை
மனிதர் கொள்ளும் வெறுப்புகள்தான்
மனங்களை எல்லாம் உடைக்கிறது...

எல்லைகள் தாண்டி வரும்
மீன்கள் விடப்படுகின்றன...
எல்லை தாண்டுவதாய்
மனிதர்கள் சுடப்படுகிறார்கள்
தொல்லையான வாழ்க்கை இது...

மீன்களை உண்பது
கண்களுக்கு நல்லதென்று கண்டார்கள்...
எதை உண்பது
மனங்களுக்கு நல்லதென்று
காணவில்லையே...

வாழ்ந்திட வேண்டியதெல்லாம்
இயற்கையில் நிறைந்து இருக்கு
காயங்களை உண்டாக்கும்
ஆயுதங்கள் இனி எதற்கு..?

அலைகள் உள்ளவரை
உலகில் பகைகளும் ஓயாதோ..?!
அன்பெனும் இன்ப வெள்ளம்
அனைவர் மனதிலும் பாயாதோ..!

 முள்ளில் பிறந்த பூக்கள்

குற்றாலம்

இரு விழிகளும் கருவிகளாய்
இயற்கை எழில் தெரியவைக்கும்
விழுவதும் ஒரு அழகு என
அருவி இங்கு புரியவைக்கும்...

பள்ளம் நோக்கிப்
பாய்ந்திடும் அருவிகள்...
உள்ளம் நோக்கித்
தாவிடும் குரங்குகள்...

மலையைத் தழுவிச் செல்லும்
வான் மேகங்கள்...
மனதை விலகிச் செல்லும்
நம் சோகங்கள்...

மேனியில் விழுந்திடும்
அருவியின் நீரில்
ஞானியாய் எழுந்திடும்
மனம் கறைகள் நீங்கி..!

தின்பண்டங்களைக்
கவர்ந்து செல்லும் காகங்கள்
கொண்ட துன்பங்களையும்
திருடிக்கொண்டோடும்..!

கொண்டாடும் மனங்களில்
சிறகுகள் உண்டாகி
பறந்திடச் செய்திடும்
பறவையின் கீதங்கள்...

உயர்ந்து தொடரும் மலைகளின்
வண்ண வண்ணக் காட்சிகள்...
இறைவன் என்னும் கலைஞனின்
கைவண்ணத்தின் சாட்சிகள்...

முள்ளில் பிறந்த பூக்கள்

காந்தி

அக்டோபர் இரண்டு
காந்தி பிறந்த நாள்...
அடிமை இனத்திற்கு
சாந்தி பிறந்த நாள்...

தொடர் வண்டிப் பயணம்
ஒன்று தடைபட்டது
தொலைந்துபோன மனிதம் தேட
அது விதையிட்டது...
தொலை நோக்குப் பயணம்
அன்று தொடங்கிவிட்டது..!

மனிதனை மனிதனே
அடிமை கொள்வதும்...
நிறமும் இனமும்
கொடுமை செய்வதும்
இழிவெனக் கருதி
எதிர்க்க வந்தார்...

வழக்குரைஞராக
பிறர் வழக்கை நடத்தியவர்
வாழத் தெரியா உலகை
வழிநடத்த வந்தார்...

அரிச்சந்திரன் நாடகம் கண்டு
உண்மை பேசும் ஆசை கொண்டார்
தரித்திரரின் வாழ்க்கை கண்டு
ஆடை பாதி ஆக்கிக் கொண்டார்
சரித்திரத்தின் பாகம் கண்டு
வாழும் பாதை காட்டி நின்றார்...

தண்டி யாத்திரை சென்று
ஆங்கிலேயரைத் தண்டித்தார்...
தீண்டாமை கொடியதென்று
இந்தியரைக் கண்டித்தார்...

ஒத்துழையாமை இயக்கத்தால்
அந்நியரை அடக்கினார்...
வெள்ளையனே வெளியேறென்று
எல்லைவரை விரட்டினார்...

முள்ளில் பிறந்த பூக்கள்

உடலில் குருதி சிந்தும்போதும்
நெஞ்சில் உறுதி கொண்டவர்...
மனதின் வலியில் நொந்தபோதும்
நேர்மை வழிகள் கண்டவர்...

ஆயுதங்களை எதிர்த்து
அகிம்சைப் போர் தொடுத்தார்...
ஆங்கிலேயர் ஆதிக்கத்தை
அன்பினாலே தடுத்தார்...

அந்நியனின் ஆயுதங்களுக்குத்
தப்பிவந்த நெஞ்சம் - ஒரு
தம்பியின் ஆணவத்தால்
தாக்குண்டது...

மற்றவரை நேசித்ததால்
மகாத்மா ஆனார்..!
தேசத்தையே சுவாசித்ததால்
தேசப்பிதா ஆனார்..!

அவரின் உருவத்தை
பணத்தில் வைத்தோம்...
உயர் கருத்தை
மனத்தில் வைப்போம்..!

ஒற்றுமை

கையில் ஒரு வலி என்றால்
கண்கள் இரண்டும் அழுவுது
காலில் கொஞ்சம் புழுதி என்றால்
கைகள் சென்று கழுவுது...

இமைகள் உறங்கும்போதும்
இதயம் உறங்குவதில்லை...
இதயமாய் இயங்குவோரை
இனம் காணத் தெரியவில்லை...

உறுப்புகளாய்ப் பிரிந்திருந்தால்
வெறுப்புகள் வளருது...
உடல் என்பது புரிந்துவிட்டால்
பொறுப்புகள் மலருது...

எழுத்துக்களாய்ப் பிரிந்து நின்றால்
மொழி முழுமை அடைவதில்லை...
எதிர்ப்புகளால் முறிந்து நின்றால்
வழி எதுவும் கிடைப்பதில்லை...

 முள்ளில் பிறந்த பூக்கள்

ஒற்றுமை உயர்வென்று
கற்று விடுகிறோம்...
மற்றெதற்கோ அவ்வுணர்வை
விற்று விடுகிறோம்..!

மதியால் இணைந்தால்
ஒன்றான உடலாவோம்...
நதியாய் இணைந்தால்
அன்பான கடலாவோம்...

குழந்தைகள் தினம்

எல்லா உயிர்களிலும்
குழந்தைகள் அழகு...
எல்லா மொழிகளிலும்
மழலைகள் அழகு...

சோகங்களைச் சுமக்காத
மென்மையான இதயம்
கோபங்களைத் தேக்காத
பொன்னான மனம்...
காயங்கள் ஆக்காத
அன்பான குணம்...

கண்மூடித் திறக்கும் முன்பே
கொண்ட பகை மறைந்து போகும்
கண்ணீர் வடிக்கையிலே
கொண்ட காயங்கள் கரைந்து போகும்

கொழுந்து அறிவுடன்
கொஞ்சிப் பேசிடும் குரலோசை
காதுக்கு விருந்தாகும்...
வெடித்துத் தெரித்திடும்
நஞ்சில்லாத சிரிப்போசை
நெஞ்சுக்கு மருந்தாகும்...

துள்ளி விளையாடும் அழகினை
புள்ளிமான்களும் நின்று இரசிக்கும்...
கள்ளம் இல்லாத நிலையினை
உள்ளமெல்லாம் கண்டு களிக்கும்...

பொம்மைகளுடன் கூட
உண்மையுடன் உறவாடும்
வெண்மை குறையாத பால் மனம்
கொண்டாடுவோம் அதைத் தினம் தினம்..!

வ.உ.சி

அடிமைக் கடலில் தவிக்கும்
குடிகள் அனைத்தையும்
சுதந்திரக் கரை சேர்க்க விரும்பினார்
சுதேசிக் கப்பல் சேவை தொடங்கினார்...

வருமானம் அடைதல்
ஒன்று மட்டுமே வாழ்வு இல்லை...
அவமானம் அடிமை என்னும்
இந்தத் தாழ்வு நிலை என்று
வழக்கறிஞர் தொழில் துறந்தார்
விடுதலைப் போரில் இணைந்தார்...

சிதம்பரம் என்னும் சிங்கம் கர்ஜித்தால்
செத்த பிணங்களும் இங்கு உயிர் பெறும்
எங்கும் சுதந்திரம் என்னும் உணர்வு வரும்
என்று கொக்கரித்தான் அந்நிய நீதிபதி...

நாடு பிழைக்கும் ஆசை கொண்டதால்
பாடு படும் சிறைவாசம் சென்றார்...
மாடு களைத்திடும் செக்குதனை
வாடி இழுத்திடும் துனபம் கொண்டார்...

வெள்ளையர்கள் செய்த பல
குள்ளநரிச் சூழ்ச்சிகளால்
தொல்லைகள் கண்டு இவர் விழுந்தார்...
கள்ள மனங்களால் காயமுண்டு
உள்ளம் நொந்து நிலை கவிழ்ந்தார்...

சீமானாய் வாழ்ந்தவர் சீர் இழந்தார்
தேர்போல் இருந்தவர் தெருவில் நின்றார்
தேசத்தின் அடிமைத்தனம் நீக்க விரும்பி
வறுமையின் பிடியில் சிக்கி மடிந்தார்...

கப்பலோட்டிய தமிழன்
செக்கிழுத்த செம்மல் என்னும்
சிறப்புப் பெயர்கள் பெற்றார் எனினும்
எத்தனைபேர் இவர்போல் வாழ்ந்திடக் கற்றார்..?

யுத்தம் இல்லாமல் பெற்றதாயினும்
இரத்தம் இல்லாமல் பெற்றதில்லை...
துச்சமென உயிரை நினைத்த பல
இலச்சமான உயர் மனத்தோர்
இலச்சியத்தால் பெற்றது இச்சுதந்திரம்..!

எத்தனை ஒளி வந்தாலும்
இமைகள் மூடிக்கொண்டால்
விழிகளுக்கு விடியல் இல்லை...
சிறைகளைத் திறந்த பின்னும்
சிறகுகளை விரிக்காத பறவைகளுக்கு
சுதந்திரம் பிறப்பதால் பயனுமென்ன..?

கமல்ஹாசன்

கலைகள் எல்லாம் சேர்ந்து
ஒரு குழந்தையாய் அவதரித்ததோ..!
கமலஹாசன் என்னும் பெயரை
பெருமையாய் அது தரித்ததோ..!

உடல் எல்லாம்
கமலத்தின் வண்ணம்...
உணர்வு எல்லாம்
கலைகளின் எண்ணம்...

ஒரு பூ தருவது என்றும்
ஒரே வித வாசனை...
புன்னகை மன்னன் தோற்றத்தில்
பல கலைகளின் வாசனை...

ஒரு மரம் தருவது என்றும்
ஒரே விதக் கனிகள்...
பெரும் கலைஞன் இவர் புரிவதோ
பலவிதப் பணிகள்...

நவரசங்களால் காணும்
கண்களுக்கு உணவளித்தவர்...
வசீகரங்களால் நாளும்
பெண்களுக்குக் கனவளித்தவர்...

தரைப் படைகள் இல்லாமல்
திரைப் படங்களுடன் சென்று
இமயம் முதல் குமரி வரை
இதயங்களை வென்றவர்...

விசிறிகளை மக்களை நோக்கி
திரும்ப வைத்தவர்...
விருதுகளை தன் முகவரி நோக்கி
விரும்ப வைத்தவர்...

சிறந்த சிற்பிகளிடமிருந்து
உளிகளைப் பறித்து
தன்னைத் தானே
செதுக்கிக்கொள்ளும்
புதுமைச் சிற்பம்...

இவர் திறமை கண்டு
கலை உலகம் வியந்துபோனது
புகழ் உயர்வின் முன்னே
மலை உயரம் குறைந்துபோனது...

    முள்ளில் பிறந்த பூக்கள்

மெய்வருத்தக் கூலி தரும்
என்னும் வள்ளுவன் வாக்கு
மெய்யானது இவர் வாழ்வில்...
இதை உணர்ந்தால் பெரும்
உயர்வு வரும் நம் வாழ்வில்..!

மரம் வளர்ப்போம்

ஒரு மரம் வளர்ப்போம்
நாட்டுக்காக இல்லாவிட்டாலும்
நம் வீட்டுக்காக...
காட்டுக்காக இல்லாவிட்டாலும்
நல்ல காற்றுக்காக...

வியர்க்கும் பூமிக்கு
விசிறிட வேண்டும்
மூர்ச்சிக்கும் மனிதருக்கு
ஆக்சிஜன் வேண்டும்...

பறவைகள் தங்க
வசிப்பிடம் வேண்டும்...
பசித்திடும் உயிர்கள் இங்கு
புசித்திட வேண்டும்...

கொஞ்சம் தண்ணீர் கொடுத்தால்
என்றும் கண்ணீர் துடைக்கும்...
பஞ்சம் என்னும் பேச்சில்லாத
பசுமையான பூமி கிடைக்கும்..!

குப்பையை எறிந்தாலும்
அதையும் உரமாய்க் கொள்ளும்
கொப்புகள் நிறையாக
சுவையாய் பழங்கள் தள்ளும்...

வெட்ட வெட்ட வளரும்
திட்டினாலும் மலரும்
ஊட்டம் தரும் கீரையாகும்
வீட்டைக் காக்கும் கூரையாகும்

படகைத் தள்ளும் துடுப்பாகும்
அடுப்பில் தள்ளும் விறகாகும்
பொருட்கள் கொள்ளும் பெட்டிகளாகும்
படுப்பதற்கு இதமாய் கட்டிலுமாகும்
தடுப்பதற்கு கதவும் தட்டியுமாகும்

பூ தரும் ஒரு மரம்
நார் தரும் ஒரு மரம்
கனி தரும் ஒரு மரம்
குணம் தரும் ஒரு மரம்
மரம் என்பதும் ஒரு வரம்

தேடி விழிகள் அழுதாலும்
கோடித் தலைகள் கவிழ்ந்தாலும்
குளிர் மரங்கள் இல்லாமல்
துளிநீரும் பொழிவதில்லை மேகங்கள்...

ஆகையால்
ஆளுக்கு ஒரு மரம் வளர்ப்போம்...
அடுத்து வரும் தலைமுறைக்கு
ஆரோக்கியம் சேர்த்து வைப்போம்...

ரஜினிகாந்த்

படை எடுத்து வென்றார்
கஜினி...
படம் எடுத்து வென்றார்
ரஜினி..!

தேர்போல மனங்களில்
நின்றுவிடும் பாரங்கள் எல்லாம்
சிறிது நகர்ந்துவிடுகின்றன
திரையில் நீ தோன்றியதும்..!

நீ உதைக்கும்
கொடிய வில்லன்களுடன் சேர்ந்து
எங்கள் உள்ளங்களை வதைக்கும்
துயர எண்ணங்களும் கொஞ்சம்
தூரமாய்ப் போய் விழுகின்றன...

உன் உடலின்
அசைவுகள் ஒவ்வொன்றும்
பல கோடி உள்ளங்களையும் அசைக்குது...
குழந்தை குட்டிகளும் அல்லவோ
சேர்ந்து அதை இரசிக்குது..!

ஓய்வெடுக்க நீ சென்றால்
உலகம் ஓய்வின்றித் தவிக்குது...
வாய்களெல்லாம் உன்னைப்பற்றியே
பேசிப் பேசி ருசிக்குது..!

உன் விரல் அசைவில்
உலகம் விசிறியாய்ச் சுழலுது...
உன் குரல் ஒலியில்
உள்ளம் குளிர்ச்சியாகி மகிழுது..!

உலோகங்களில் இரும்பை மட்டுமே
ஈர்க்கிறது இயற்பியல் காந்தம்...
உலகெங்கும் இருதயங்களை எல்லாம்
ஈர்க்கிறது ரஜினிகாந்தம்...

உன் மீது ஜொலிக்கும்
ஆடைகள் கண்டோம்...
அதன் உள்ளே வலிக்கும்
காயங்கள் அறியோம்...

நீ பூசும் சாயங்கள்
உன் காயங்களை ஆற்றாது
நீ பேசும் வாசகங்களோ
பலர் காயங்களை ஆற்றுகிறது..!

  முள்ளில் பிறந்த பூக்கள்

உன் உடலை
படமாய்க் கண்டால் மகிழ்ச்சி...
உன் வாழ்வை
பாடமாய்க் கொண்டால் உயர்ச்சி...!

ஸ்ரீ தேவி – இரங்கல்

நட்சத்திரம் ஒன்று
விண் தவறி வந்து
குழந்தை ஆனதோ
இல்லை
குழந்தை ஒன்று
கண் கவர்ந்திடும்
நட்சத்திரம் ஆனதோ..!

மயிலும் குயிலும்
கலந்து உருவான மங்கை...
இவள் இரதி என்னும்
அழகியின் தங்கை..!

எங்கும் அழகுக்கு உன்னை
உவமை சொல்லுவார்..!
இந்த அவனியில் உன்னை
எவர் வெல்லுவார்..?

ஒரு முறை பார்த்த கண்கள்
கனவுகளில் ஏங்கும்
காணாத கண்கள் மட்டும்
கலக்கமின்றித் தூங்கும்...

   முள்ளில் பிறந்த பூக்கள்

புற அழகை அறியும் உலகம்
பிறர் அழுகை அறியாது...
பூக்களின் கவலை எல்லாம்
ஈக்களுக்குத் தெரியாது...

நிறைவான மனிதர்
புவியில் எங்குமில்லை...
நிலை இல்லா உலகில்
எதுவும் நிரந்தரமில்லை...

உன் முதுமைக் கோலத்தை
உலகம் காண வேண்டாமென்றே
விரைவில் சென்றாயோ..?!
இந்த கொடுமைக் காலத்தில்
வாழ்ந்தது போதும் என்ற
முடிவில் சென்றாயோ..?!

தீர்ப்பிடாதீர்கள்

தீர்ப்பிடாதீர்கள்
உங்கள் தீர்ப்பினால்
பிறரை அல்ல
உங்களையே தண்டித்துக்கொள்கிறீர்கள்...

பல வருடங்கள்
விவாதத்திற்கு பிறகு வழங்கப்படும்
தீர்ப்புகளே தவறாகும்போது
ஒரு விசாரணைகூட இல்லாமல்
எப்படி தீர்ப்பு அளிக்கிறீர்கள்..?

உங்கள் தராசுகளை
சரிபார்த்துக்கொள்ளுங்கள்...
நீதி தேவதையின்
மனதையும் கட்டிவிடாதீர்கள்...

உங்கள் மனத்தின்
சட்டங்களை மாற்றுங்கள்...
ஒருவர் செய்யும் தவறுக்கு
ஒரு இனத்தையே பழிக்கிறீர்களே..!

   முள்ளில் பிறந்த பூக்கள்

பார்த்தும் பார்க்காமல் போகிறான்
என்னை அவன் மதிக்கவில்லை
என்று உடனே தீர்ப்பு எழுதுகிறீர்கள்...
தவறாக தீர்ப்பு செய்ய
அடுத்தவனுக்கு மட்டும் உரிமை இல்லையா..?

வழக்கையும் நீங்களே தொடுத்து
தீர்ப்பையும் நீங்களே சொல்லுவதெப்படி..?
வாதத்தையும் நீங்களே செய்து
சாட்சியும் நீங்களே அல்லவா சொல்கிறீர்கள்..!

முடிவில்
உங்கள் தீர்ப்பினால்
உங்களையே தண்டித்துக்கொள்கிறீர்கள்..!

பாவத்தின் பங்கு

கை முழுவதும்
கறைபட்டபிறகு
ஒரு விரலுக்கு மட்டும்
மை எதற்கு..?

நம் விரல்களே
நம் கண்களைக் குத்துவதுண்டு
இங்கோ விரல்கள்
நாட்டின் நெஞ்சை அல்லவா குத்துகின்றன...

நாக்கு சுத்தம் இல்லாதவர்கள்
உமிழ்கின்ற வாக்குகளைச்
சுத்தமென்று நம்புவதால்
சுகவீனமாகிறது சமூகம்...

சில நூறு ரூபாய்கள்
சிந்தையை மறைக்கின்றன...
சுதந்திரப் போரில்
செல்வமெல்லாம் இழந்த
பல கோடிப்பேரின்
தியாகங்கள் மறக்கின்றன...

விடுதலை வேண்டி
சிறைக்குச் சென்றார்கள்...
அடிமைத்தனமே பிடித்துவிட்டது என்று
அவர்களை இன்னும் தண்டிக்கிறீர்கள்...

ஊர்கூடி இழுக்க வேண்டியது
தேர் மட்டுமல்ல தேர்தலும்தான்...
தேரை இழுப்பதாய் நினைத்து
பணத்திற்காய் பல நேரங்களில்
பிணத்தை அல்லவா சுமக்கிறீர்கள்...

முப்பது வெள்ளிக் காசுகளுக்காய்
தன் எஜமானரை விற்றான் ஒருவன்
சில காகிதக் காசுகளுக்காய்
எதிர்காலத்தையே விற்கிறீர்களே..!

நீங்கள் அவர்களின்
இலாபத்தில் பங்கு வாங்கவில்லை
அவர்கள் செய்யும்
பாவத்தில் பங்கு வாங்குகிறீர்கள்...

சுதந்திரம் எதற்கு..?

நீதியைப் பிடித்து
தூக்கில் போடுதற்கா..?
நேர்மையைப் பிடித்து
சிறையில் இடுவதற்கா..?

அன்பை அழித்துவிடும்
ஆயுதங்கள் செய்வதற்கா..?
அகிம்சை சொல்லுகின்ற
ஆன்மாக்களைக் கொல்வதற்கா..?

அறங்கள் எவையென்று கண்டு
புதைத்துவிடுவதற்கா..?
மரங்கள் மலைகளை எல்லாம்
சிதைத்துவிடுவதற்கா..?

அங்கங்கு அங்கங்கள் தெரிய
அரை குறை ஆடை அணிவதற்கா..?
எப்பொழுதும் புத்தி தெளியாத
பலவித போதை கொள்வதற்கா..?

 முள்ளில் பிறந்த பூக்கள்

பண்பாடு ஒழுக்கங்களை எல்லாம்
பண்டைய நாகரீகங்கள் தேடத்
தோண்டிய குழிகளில் தள்ளி
மண்ணிட்டு மூடிவிடுவதற்கா..?

சேர சோழ பாண்டியர்கள்
இல்லாத காரணத்தால்
செல்லாத வீரத்தை எல்லாம்
செல்லக் குழந்தைகளிடமும்
பெண்களிடமும் காட்டுவதற்கா..?

அந்நியர்கள் போய்விட்டடர்கள்
இனி யாரை எதிர்ப்பதென்று
ஜாதி மதங்களைக் கொண்டு
சாகும்வரை சண்டை செய்யவதற்கா..?

பெற்றோரை அநாதைகளாக்கவா..?
பெரியோரை அவமதிக்கவா..?
ஆசிரியர்களுக்கே புத்தி சொல்லவா..?
ஆண்டவனுக்கே வேதம் சொல்லவா..?

காணும் அனைத்திலும்
இலாபம் பார்க்கவா..?
வாழ்க்கை முழுதையும்
சாபம் ஆக்கவா..?

மண் விடுதலை பெற்றுவிட்டது
மனதில் ஞானம் பிறக்கவில்லை
ஞாயிறு உதித்துவிட்டது எனினும்
கண்கள் அஸ்தமனமாகிவிட்டன...

முள்ளில் பிறந்த பூக்கள்

வாழ்க்கை எங்கே..?

புத்தரின்
பல் இருக்கிறது...
சொல் எங்கே...?

காந்தியின்
கண்ணாடி இருக்கிறது
பார்வை எங்கே..?

விவேகானந்தரின்
தலைப்பாகை இருக்கிறது
சிந்தனை எங்கே..?

சுபாஷின்
சித்திரம் இருக்கிறது
ஆத்திரம் எங்கே..?

பாரதியின்
மீசை இருக்கிறது
ஆசை எங்கே..?

வ.உ.சியின்
பேச்சு இருக்கிறது
சுதேசி எங்கே..?

கக்கனின்
வெண்மை இருக்கிறது
தூய்மை எங்கே..?

காமராஜரின்
இல்லம் இருக்கிறது
உள்ளம் எங்கே..?

இராஜாஜியின்
புத்தகம் இருக்கிறது
அறிவு எங்கே..?

பசும்பொன்னின்
நினைவு இருக்கிறது
கனவு எங்கே..?

வள்ளுவரின்
வார்த்தை இருக்கிறது
வாழ்க்கை எங்கே..?

   முள்ளில் பிறந்த பூக்கள்

புத்தாண்டு

புது வருடம்
பூமிக்கா இல்லை மனிதருக்கா..?
ஒரு வருடம்
பிறக்கிறதா இல்லை இறக்கிறதா..?

உயிர்கள் எல்லாம்
திண்டாடுகையில்
உள்ளங்கள் கொண்டாட
என்ன இருக்கிறது..?

பூமிப் பந்தின் மீது அமர்ந்து
சூரியனை ஒருமுறை சுற்றிவிட்டோம்...
நாள் காட்டியில் தாள்களைக் கிழித்து
நாட்களை எல்லாம் கழித்துவிட்டோம்...

பால் வீதியின் அழகிய கிரகம்
நாளும் பாழாய்ப் போகிறது...
வாழ்வு தரும் அனைத்தும் இருந்தும்
வாழ்க்கை வீணாய்ப் போகிறது..!

இதயத்தை கழற்றி வைத்துவிட்டு
போலி முகத்துடன் புன்னகை...
அன்பை அகற்றி வைத்துவிட்டு
வெற்று ஆடைகளுடன் எழில் நடை...

காலத்தை எண்ணிப் பார்க்கிறோம்
வாழ்க்கையை எண்ணவில்லை
கடந்த காலத்தின் பாடங்கள் எதையும்
கருத்திலும் கொள்ளவில்லை...

கண்களுக்குத் தெரிவதை எல்லாம்
வெட்டி விற்றுவிட்டு
கண்கள் அறியாக் கிருமிகளிடம்
கைகட்டி நிற்கின்றோம்...

தன்நிகர் இல்லா பூமியைக் கெடுத்து
தண்ணீர் இல்லா கிரகத்தைத் தேடுவதா..?
மண்ணின் வளங்களை எல்லாம் கெடுத்துவிட்டு
மற்றொரு இடத்திற்கு ஓடுவதா..?

தான் போகும் பாதை எதுவென்று
பூமிக்குத் துள்ளியமாய்த் தெரியும்...
நாம் போகும் பாதையை அறிந்தால்
நல்ல வருடங்கள் விடியும்...

முதலில்
பூமிக்கு நன்மைகள் செய்வோம்...
பிறகு
புது வருடத்தைப் புன்னகை செய்வோம்...

தமிழர் திருநாள்

ஊரெல்லாம் மலர்க்கோலம்
தெருவெல்லாம் மாக்கோலம்
மனங்களின் கனாக்காலம்
தமிழரின் விழாக் காலம்..!

அறுவடை முடித்த உழவரெல்லாம்
பெருமிதம் கொள்ளும் நாள்...
அருட்கொடை அளித்த இறைவனுக்கு
பெருநன்றி சொல்லும் நாள்...

விருந்தாய் எங்கும்
ஆறுசுவை பொங்கும் நாள்
கரும்பின் இனிமைபோல்
ஆனந்தம் தங்கும் நாள்..!

இனிப்புகள் பரிமாறி
சந்தோசம் பகிரும் நாள்
வாழ்த்துகள் பரிமாறி
நேசங்கள் பெருகும் நாள்...

உழைக்கும் காளைகளுக்கும்
மாலைகள் சூட்டி வைத்து

 முள்ளில் பிறந்த பூக்கள்

உழைப்பது மாடு என்றாலும்
உலகினில் சிறப்புண்டென
உழைப்பின் உயர்வுதனை
உலகோர்க்கு உணர்த்தும் நாள்...

நெல்லுக்குள்ள மதிப்பு
நல்ல சொல்லுக்கும் உள்ளதென்று
வள்ளுவர் போல் உயர்ந்தோரை
உள்ளங்கள் போற்றும் நாள்...

அஞ்சாத காளைகளோடு
வாலிபர்கள் மல்லுக்கட்டும்
மஞ்சுவிரட்டும் ஜல்லிக்கட்டும்
வீதி எங்கும் நடக்கும் நாள்...

தமிழரின் திருநாள்
தை பொங்கல்
என்னும் பெருநாள்

புத்தகங்கள்

பாறைகளை உடைத்துச் செல்லும்
வேர்களைப் போல்
மனதிற்குள் குடைந்து செல்லும்
வரிகள்...

ஆயுதங்களை அல்ல
காகிதங்களைப் பிடித்து
நமக்கு நாமே செய்துகொள்ளும்
யுத்தம்...

காதுகளில் அல்ல
ஆன்மாவிற்குள் கேட்கும்
அவை பேசுகின்ற
சத்தம்...

மனதின் குப்பைகளை
அறிவு நெருப்பைக் கொண்டு
நமக்கு நாமே செய்துகொள்ளும்
சுத்தம்...

பக்கங்கள்தோறும்
வெளிப்படும் வெளிச்சம்
வாழ்வின் பாதை காட்டும்
நித்தம்...

புத்தகத் திருவிழா

மனம் களிக்கும் திருவிழா அல்ல
மனம் குளிக்கும் திருவிழா...

ஜாதி மதங்களாய்ப்
பிரிந்து காணும் விழா அல்ல
அறிவு ஜோதியால் மனங்கள்
இணைந்து காணும் விழா..!

புறத்தைப் புதிதாய்க் காட்டும்
புத்தாடைக் காட்சியல்ல
அகத்தைப் புதிதாய் ஆக்கும்
புத்தகக் கண்காட்சி..!

காகித வயல்களில்
எழுது கோல் கொண்டு
பல ஆயிரம் அறிஞர்கள்
உழுது பயிர் செய்த
கருத்துகளின் களஞ்சியம்...

அறிவு பூதங்களை
புத்தக வரிகளுக்குள்
அடக்கி வைத்திருக்கிறார்கள்...
விழிகளால் தேய்த்தால்
வெளிவந்து உதவி செய்யும்
அலாவுதீன் விளக்கைப்போல...

நிலத்தில் வளர்ந்து கெடுக்கும்
கருவேல மரங்களைப்போல்
மனத்தில் வளர்ந்து கெடுக்கும்
கருத்து பேதங்களைக் களைந்திடும்
கருவிகள் இங்கே கிடைக்கும்...

எரிபொருள் எடுத்து
ஒளி கொடுக்கும் விளக்குகளல்ல
அறிவொளி கொடுத்து
வழி நடத்தும் தீபங்களின் திருவிழா..!

தாய்மொழி தினம்

எத்தனை கோடிப்
பெண் இருந்தாலும்
அன்பைத் தாய்போல்
எவரும் தருவதில்லை...

சத்தாக பசுக்கள்
பால் கொடுத்தாலும்
தாய்ப் பாலுக்கு
நிகராக வருவதில்லை...

ஆயிரம் ஆயிரம்
பணம் தரலாம் பிற மொழிகள்
அவரவர் தாய்மொழி தரும்
இனிமை தருவதில்லை...

தாய்மொழியை எல்லோர்
வாய்மொழியாய்க் கொள்வோம்...
பிற மொழியை ஏச வேண்டாம்
நம் மொழியைப் பேசுவோம்...

பெற்ற தாயை
இல்லத்தில் வைத்துக் காப்போம்...
கற்ற தாய்மொழியை
உள்ளத்தில் வைத்துக் காப்போம்...

மொழி காக்க உயிர் துறந்தவர்
தியாகத்தை நினைப்போம்...
விழிகளைப்போல் சிறந்த நம்
தாய் மொழியை அணைப்போம்..!